எம். எச். ஜவாஹிருல்லா தூத்துக்குடி மாவட்டம் உடன்குடியில் பிறந்தவர் (பி. 1959). சென்னைப் பல்கலைக்கழகத்தில் மேலாண்மை அறிவியலில் எம்பிஏ பட்டமும் வட்டியில்லா வங்கிகளின் செயல்திறன் பற்றிய ஆய்வில் முனைவர் பட்டமும் பெற்றவர். வாணியம்பாடி இஸ்லாமியா கல்லூரியில் இருபத்தைந்து ஆண்டுகள் பேராசிரியராகப் பணியாற்றினார். 2009இல் விருப்ப ஓய்வுபெற்று முழுநேர மக்கள்நலப் பணியைச் செய்துவருகிறார். கல்லூரிக் காலத்திலேயே மக்கள்நலப் பணிகளில் மட்டுமல்லாது, எழுதவும் தொடங்கியவர். இவர் 1981இல் எழுதிய பெருமானார் வாழ்வினிலே என்னும் குறுநூல் சென்னை மண்ணடி தாஜுல் இர்ஷாத் மன்றத்தால் முதல் முதலாக வெளியிடப்பட்டது. பாலஸ்தீன வரலாறு, பாபரி மஸ்ஜித் இராம ஜென்ம பூமியா, நீதிமன்றங்களின் பார்வையில் பலதாரமணம், தித்திப்பான திருப்புமுனைகள் உள்ளிட்ட பத்துக்கும் மேற்பட்ட நூல்கள் வெளிவந்துள்ளன. இவற்றில் இரண்டு ஆங்கிலத்திலும் வெளிவந்திருக்கின்றன. இவர் எழுதிய கட்டுரை களும் மொழிபெயர்ப்புகளும் பல இதழ்களில் வெளியாகி யுள்ளன. 2003இல் ஐநா மனித உரிமை ஆணையத்தில் இந்தியச் சிறுபான்மையினர் சார்பாக உரையாற்றியிருக்கிறார். மாணவர் இயக்கத் தலைவராக இருந்தவர். தமிழ்நாடு முஸ்லிம் முன்னேற்றக் கழகத்தின் தலைவராகவும் மனிதநேய மக்கள் கட்சியின் தலைவராகவும் செயலாற்றிவருகிறார். இருமுறை தமிழ்நாடு சட்டமன்ற உறுப்பினராகப் பொறுப்பேற்று, மக்கள் நலப் பணிகளில் ஈடுபட்டு வருகின்றார். பேராசிரியர் ஜவாஹிருல்லா நாற்பது ஆண்டுகளுக்கும் மேலாகச் சமூகச் செயற்பாட்டாளர், மேடைப் பேச்சாளர், எழுத்தாளர், சட்டமன்ற உறுப்பினர் என்று பன்முக ஆளுமையுடன் சளைக்காமல் தடம் பதித்து, தமது பயணத்தைத் தொடர்கின்றார். சமகாலச் சமூக நிலை குறித்து இவருடைய கவலையின் வெளிப்பாடே இந்த நூல்.

இந்த நூல் பற்றி

இன்று முஸ்லிம்கள் எதிர்நோக்கும் தனிப்பட்ட அகப் பிரச்சினை, பெரும்பான்மை வாதத்தால் உருவாக்கப்படும் புறப் பிரச்சினை ஆகியவற்றை நபிகளாரின் சமூக உறவுகளிலிருந்து கற்றுக்கொள்ள உதவுகிறது இந்த நூல்.

- கலாநிதி எஸ்.எம்.எம். மஸாஹிர்,
அரபுமொழித்துறை, தென்கிழக்குப் பல்கலைக்கழகம், இலங்கை.

களங்களும் தளங்களும் தளர்ந்து தடுமாறிக்கொண்டிருக்கின்ற இந்தக் காலத்தில் சமூக நலங்களை நன்கினிது நாட்டவந்த கலங்கரை விளக்கம்.

- முதுமுனைவர் மு.பெ. சத்தியவேல் முருகனார்.

பிற சமயத்தாருடன் இணக்கமாக வாழ்வதற்கான முன்மாதிரியை முஸ்லிம் சமூகம் முன்னெடுத்துச் செல்ல வேண்டுமென்று அழைப்பு விடுக்கிறார் நூலாசிரியர்.

- மவ்லவி முனைவர் பி. எஸ். செய்யது மஸ்வூது ஜமாலி,
முதல்வர், புகாரி ஆலிம் அரபுக் கல்லூரி, சென்னை.

இஸ்லாம் குறித்துத் திட்டமிட்டுப் பரப்பப்படும் பல வதந்திகளுக்கும் அவதூறுகளுக்கும் தெளிவாக பதிலளிக்கிறது இந்தப் புத்தகம்.

- முனைவர் தமீம் உஸாமா,
இஸ்லாமியப் பல்கலைக்கழகம், மலேசியா.

இந்தப் புத்தகம் சமகாலத் தலைமுறைக்கோர் சமூக அறிவியல் பாடம்.

- அந்தோணி பாப்புசாமி அடிகளார்,
மதுரைப் பேராயர், தமிழக ஆயர் பேரவைத் தலைவர்.

நபிகளார் உருவாக்கிய முஸ்லிம் என்னும் ஐக்கிய சமூகம் பன்மைச் சமூகத்தில் எத்தகைய உறவு வைத்திருக்க வேண்டும் என்பதைக் காட்டும் இந்தப் புத்தகம், தன் வகைமையில் ஒரு முன்னோடி.

கலாநிதி எம்.எஸ்.எம். அனஸ்,
தத்துவத்துறை, பேராதனைப் பல்கலைக்கழகம், இலங்கை.

மனிதநேயம், சகோதரத்துவம், பிற சமயத்தினருடன் இணக்கமாக வாழ்தல் போன்றவற்றை இந்த நூல் மிகவும் சிறப்பாகப் பதிவு செய்திருக்கிறது. காலத்தின் தேவைக்கேற்ற ஆக்கம்.

- மவ்லவி முனைவர் வி.எஸ். அன்வர் பாதுஷாஹ் உலவி,
பொதுச் செயலாளர், தமிழ்நாடு ஜமாஅத்துல் உலமா சபை.

நபிகளாரின் சமூக உறவு

எம். எச். ஜவாஹிருல்லா

மாற்றுப்
பிரதிகள்

முதல் பதிப்பு: மார்ச் 2, 2022
இரண்டாம் பதிப்பு: மே 15, 2022

© எம். எச். ஜவாஹிருல்லா

வெளியீடு: மாற்றுப் பிரதிகள், 1205 கருப்பூர் சாலை, புத்தாநத்தம் 621310, திருச்சி மாவட்டம், இந்தியா, தொலைபேசி: 04332 273055, 9444 77 2686

நூல் வடிவம்: த பாபிரஸ், அச்சாக்கம்: அடையாளம் பிரஸ், இந்தியா
ISBN 978 93 82194 16 3
விலை: ₹ 100

Nabikalaarin samooka uravu is a collection of essays on Prophet Muhammadh's Social Relationship in Tamil by M. H. Jawahirullah, Published by Maatrup pirathikal, 1205 Karupur Road, Puthanatham 621310, Thiruchirappalli District, Tamilnadu, India, email: maatruppirathikal@gmail.com

எனது மாணவர் இயக்க காலத்தில் சமூகச் செயற்பாடுகளுக்கு
ஊக்கமும் ஒத்துழைப்பும் அளித்து,
முழுநேரச் சமூகப் பணியாளராக இருந்த என்னைக் கல்லூரிப்
பணிக்கு ஆறுதல் மொழி சொல்லி அனுப்பிவைத்து,
பின்னாட்களில் சமூக செயற்பாட்டாளராக
பெரும் முன்னேற்றம் அடைந்ததைக் காண்பதற்கு முன்பே,
எனது முப்பத்தொன்றாம் வயதில் ஆறாத் துயரில் ஆழ்த்தி
இந்த உலகைவிட்டுப் பிரிந்த
எனது ஆருயிர் அன்னை
ஹாத்தூன் ஜன்னா ரைஹான் பீவிக்கு...

பொருளடக்கம்

	முன்னுரை	ix
1	வேத வெளிப்பாட்டை உறுதி செய்த கிறிஸ்தவ அறிஞர்	1
2	இஸ்லாத்தை ஏற்காத அபூதாலிபின் அரவணைப்பில்	7
3	அபிசீனியாவிலிருந்து ஒரு முன்மாதிரி	10
4	தாயிஃப் நகரத் துன்பங்கள்	22
5	பதற்றம் நிறைந்த ஹிஜ்ரத் பயணமும் வழிகாட்டியும்	26
6	உரிமைகளை உறுதிப்படுத்தும் ஒப்பிலாத சாசனம்	31
7	உலகிற்கே வழிகாட்டும் ஹுதைபியா உடன்படிக்கை	38
8	நஜ்ரான் உடன்படிக்கை	51
9	உறுதிமொழி காத்த நபிகளார்	58
10	நபிகளாரின் வழியில் முஸ்லிம் ஆட்சியாளர்கள்	64

11	இந்திய முஸ்லிம்களுக்கு நபிகளார் காட்டும் வழி	71
12	அறப்பணிகளில் வளரும் சமூக உறவுகள்	83

பின்னிணைப்புகள்

   1. நபிகளாரின் இறுதிப் பேருரை   101
   2. சான்றோர் பார்வையில் நபிகளார்   108

உசாத்துணை   113

ஒளிப்படமும் விளக்கப்படமும்

1	அரபியா	xiv
2	ஹிரா குகை	3
3	நபிகளாரின் குடும்ப பரம்பரை	5
4	அபிசீனியாவிற்கு நபித்தோழர்கள் புலம்பெயர்தல்	19
5	நபிகளார் மக்காவிலிருந்து தாயிப்பிற்கு	23
6	நபிகளார் மக்காவிலிருந்து மதீனாவிற்கு	29
7	ஹுதைபியாவிற்கு நபிகளார் சென்ற வழித்தடம்	43
8	நஜ்ரான் கிறிஸ்தவர்களின் வழித்தடம்	57

முன்னுரை

உலகில் வாழும் மனிதர்களை நல்வழிப்படுத்தவும் பண்படுத்தவும் ஒருநிலைப்படுத்தவுமே சமயங்கள் தோன்றின. ஒவ்வொரு சமயமும் முன்வைக்கும் இறைக்கொள்கைகளுக்கு ஏற்றாற்போல் அவற்றின் நம்பகத்தன்மைகளை உள்வாங்கும் மக்கள் அதன் வளர்ச்சிப் போக்குகளை நிர்ணயிக்கின்றனர். உலக அளவில் இன்று மிக அதிகமாக விவாதிக்கப்படும் கொள்கையாக இஸ்லாம் விளங்குகின்றது. இஸ்லாத்தின் சிறப்புகள் சரியான முறையில் ஒருபக்கம் எடுத்துரைக்கப்பட்டு வந்தாலும், மறுபுறம் இஸ்லாத்தின் கொள்கைகள் தவறாகப் புரிந்துகொள்ளப்பட்டும், பல நேரங்களில் அவதூறான விமர்சனங்களுக்கும் இலக்காகின்றன. தங்களை இஸ்லாத்தின் அடிப்படையில் நடந்துகொள்ளும் குழு என்று சொல்லிக்கொள்ளும் சில குழுவினரின் நடவடிக்கைகளும் வெகுமக்களிடையே இஸ்லாத்தைப் பற்றி தவறான கருத்துகள் பரவுவதற்கும் பரப்பப்படுவதற்கும் காரணங்களாக அமைகின்றன.

முஸ்லிமல்லாத மக்களுடன் கண்ணியமாக நடந்துகொள்ள முஸ்லிம்கள் பணிக்கப்பட்டதன் விளைவாகவே உலகில் பல்வேறு முஸ்லிம் நாடுகளில் முஸ்லிம் அல்லாத சமூகத்தினர் வழிபாட்டு உரிமை உட்பட பல்வேறு உரிமைகளை அனுபவித்து வருகின்றனர். இராக் நாட்டில் வாழும் முஸ்லிமல்லாத யஜ்தி இனத்தார், கலீஃபாக்கள் காலம் தொட்டு சதாம் ஹுசைன் காலம் வரை பல்வேறு முஸ்லிம் ஆட்சியாளர்களின் கீழ் அந்த நாட்டில் பாதுகாப்பாக வாழ்ந்து வந்தனர் என்பது வரலாற்றில் வசதியாக மறைக்கப்படுகின்றது.

இந்தியா போன்ற ஒரு மதச்சார்பற்ற ஜனநாயக நாடல்ல ஐக்கிய அரபு அமீரகம். மன்னராட்சி நடைபெறும் ஒரு முஸ்லிம் நாடு. தீபாவளி அன்று ஒரு பெரிய திடலை ஒதுக்கி, அங்கே இந்துக்கள்

பட்டாசு வெடிக்க அனுமதித்து வருகின்றது ஐக்கிய அரபு அமீரக அரசு. ஆனால் இதுகுறித்து செய்திகள் பரப்பப்படுவதில்லை.

முஸ்லிம்கள் பெரும்பான்மையாக வாழும் மலேசியாவில் அந்த நாட்டு அரசு தைப்பூசத் திருவிழாவை அரசு விழாவாக அங்கீகரித்து அனைத்து ஒத்துழைப்புகளையும் அளித்து வருவது நமக்குத் தெரிந்ததுதான்.

முஸ்லிமல்லாதார்களுடன் முஸ்லிம்கள் எவ்வாறு நடந்து கொள்ள வேண்டும் என்ற ரீதியில் முஸ்லிம்களுக்கிடையிலும் அதிகமாகக் கருத்தியல் பரப்புரைகள் நடைபெறுவதில்லை. எனவே இந்த நூலில் நாம் ஆய்வு செய்ய உள்ள கருத்துகள் முக்கியத்துவம் வாய்ந்தவையாக இருக்கப் போகின்றன.

முஹம்மது நபி (ஸல்) அகிலத்திற்கு ஓர் அருட்கொடையாக வந்தவர். அவருடைய வாழ்விலிருந்து பல்வேறு நிலைகளில் வாழும் முஸ்லிம்களுக்குத் தெளிவான வழிகாட்டுதல்கள் நிச்சயமாக இருக்கின்றன. இந்த அடிப்படையில் நபிகளாரின் வாழ்வு ஆராயப்பட வேண்டும்.

முஸ்லிமல்லாதாருடன் நபிகளார் எத்தகைய உறவுகளை வைத்துக்கொண்டார் என்பது பெரும்பாலும் ஆழமாக விவாதிக்கப் படுவதில்லை. ஆனால் இறைவனின் இறுதித் தூதராக மக்காவில் தமது பணியைத் தொடங்கிய காலம் முதல் மதீனாவில் அரசாட்சியின் தலைவராக இருந்த காலம்வரை முஸ்லிம் அல்லாதாருடன் கொண்டிருந்த நட்பு இன்றைய முஸ்லிம்களுக்கும் ஒரு வழிகாட்டியாக உள்ளது. மக்காவில் சிறிய எண்ணிக்கையில் சிறுபான்மையினராக வாழ்ந்த காலத்திலும் சரி, மதீனாவில் பெரும் பான்மையாக வாழ்ந்த காலத்திலும் சரி நபிகளார் முஸ்லிமல்லாதாருடன் வைத்திருந்த உறவு குறித்து விரிவாக இந்த நூலில் விவாதிக்கப் படுகிறது.

குறிப்பாக இந்தியா போன்ற முஸ்லிம்கள் சிறுபான்மையினராக வாழும் நாட்டில் பெரும்பான்மையான பிற சமயத்தவர்களுடன் முஸ்லிம்கள் எவ்வாறு நடந்துகொள்ள வேண்டும் என்பது முக்கியத்துவம் வாய்ந்த ஒரு பொருளாக அமைந்துள்ளது. அதற்கு

- தனி நபராக ஒரு முஸ்லிம்

- கூட்டாக ஒரு முஸ்லிம் சமூகம்
- அரசியல் ரீதியாக ஓர் இஸ்லாமிய அரசு

போன்றவை முஸ்லிமல்லாதாருடன் எவ்வாறு நடந்துகொள்ள வேண்டும் என்பதற்கும் தெளிவான வழிமுறைகளையும் நெறிமுறைகளையும் வாழ்வின் அனைத்துத் துறைகளுக்கும் வழிகாட்டக் கூடிய இஸ்லாம் வழங்கியிருக்கின்றது. இவை வெறும் ஏட்டுச் சுரைக்காயாக இல்லாமல் கடந்த 14 நூற்றாண்டுகளுக்கும் மேலாக உலகின் பல்வேறு பகுதிகளில் செயல்வடிவமும் பெற்றிருக்கின்றன. இந்த உண்மைகளை இறைவனின் இறுதித் தூதர் முஹம்மது(ஸல்) அவர்களின் வழிகாட்டலின் அடிப்படையில் விளக்குவதற்கு இந்த நூல் முற்படும்.

இந்தியாவில் முஸ்லிம்கள் சிறுபான்மையினராக வாழும் சூழலில் முஸ்லிம் சமூகம் முஸ்லிமல்லாதாருடன் எத்தகைய அணுகுமுறையை மேற்கொள்ள வேண்டும் என்பது குறித்து நீண்ட காலம் எனது மனதில் எழுந்த சிந்தனைகளின் அடிப்படையில் ஏழு ஆண்டுகளுக்கும் மேலாக நான் சேகரித்த தகவல்களின் தொகுப்பே உங்கள் கைகளில் தவழும் இந்த நூல். இந்த நூலில் உள்ள கருத்துகளை நான் அவ்வப்போது பொது மேடைகளில் பேசிய போது, அது மக்களிடையே பெரும் வரவேற்பைப் பெற்றது. ஆனால் எனது பல்வேறு பணிகளுக்கிடையில் இந்த நூலை எழுதி முடிக்க அவகாசம் கிடைக்கவில்லை.

2021 தமிழ்நாடு சட்டமன்றத் தேர்தலில் பரபரப்பாகக் களப் பணியாற்றிக்கொண்டிருந்த சூழலில் கொரோனா தாக்குதலுக்கு இலக்காகி மருத்துவமனையில் இருக்கும் நிலை; பிறகு இல்லத்தில் என்னைத் தனிமைப்படுத்திக் கொண்டபோது இந்த நூலை முடிக்க எனக்கு அவகாசம் கிடைத்தது; இந்த நூல் பிறந்தது. எல்லாப் புகழும் இறைவனுக்கே!

தங்கள் அலுவல்களுக்கிடையில் இந்த நூலை முழுமையாகப் படித்து, கருத்துரை அளித்துள்ள செந்தமிழ் வேள்விச் சதுரர், முதுமுனைவர் மு.பெ. சத்தியவேல் முருகனார், தமிழக ஆயர் பேரவைத் தலைவர் மதுரைப் பேராயர் அந்தோணி பாப்புசாமி, தமிழ்நாடு ஜமாஅத்துல் உலமா சபையின் மாநிலப் பொதுச் செயலாளர் மவ்லவி ஹாபிழ் முனைவர் வி.எஸ். அன்வர் பாதுஷா உலவி,

வண்டலூர் பி.எஸ். அப்துர் ரஹ்மான் கிரசன்ட் பல்கலைக்கழகத்தின் அரபு மற்றும் இஸ்லாமிய இயலகத்தின் தலைவரும் புகாரி ஆலிம் அரபுக் கல்லூரியின் முதல்வருமான மவ்லவி முனைவர் பி.எஸ். செய்யது மஸ்வூத் ஜமாலி, கோலாலம்பூரிலுள்ள மலேசிய பன்னாட்டு இஸ்லாமியப் பல்கலைக்கழகத்தின் இஸ்லாமிய சிந்தனை மற்றும் நாகரிகத்திற்கான சர்வதேச பீடத்தின் தலைவர் பேராசிரியர் முனைவர் தமீம் உஸாமா, இலங்கை தென்கிழக்குப் பல்கலைக் கழகத்தின் இஸ்லாமிய கற்கைகள் மற்றும் அரபு மொழித்துறையின் தலைவர் கலாநிதி எஸ்.எஸ்.எம் மஸாஹிர் நளீமி, பேராதனைப் பல்கலைக்கழக தத்துவத்துறைப் பேராசிரியர் கலாநிதி எம்.எஸ்.எம். அனஸ் ஆகிய பேறறிஞர்களுக்கு நெஞ்சார்ந்த நன்றி.

இந்த நூலை முழுமையாகப் படித்துத் தேவையான கருத்துரை களை அளித்தவர் மவ்லவி முனைவர் எம். முஜீபுர்ரஹ்மான உமரி; மெருகேற்றித் தந்தவர்கள் தமிழ்நாடு முஸ்லிம் முன்னேற்றக் கழகத்தின் பொதுச் செயலாளர் (பொறுப்பு) முனைவர் ஜெ. ஹாஜா கனி, சமூக நீதிப் படைப்பாளர் சங்கத்தின் பொருளாளர் முனைவர் ஜாபர் சாதிக்; தட்டச்சுப் பணியில் உதவியவர்கள் சையத் உஸ்மான், ஜெ. பரக்கத்; உறுதுணையாக இருந்தவர்கள் எனது தனிச் செயலாளர்கள் ஐ. அமீன் அஹ்மத், கொள்ளுமேடு ரிஃபாயி; நம்பிக்கை (மலேசியா) இதழின் பொறுப்பாசிரியர் ஃபிதாவுல்லாஹ்கான்; நிலவரைகளைத் தயாரித்து அளித்த சகோதரர்கள் அபிராமம் அப்துல் காதர், நாகூர் எஸ்.எம். அப்துல் காதர்; பிரதியைச் செம்மையாக்கியவர் சிராஜுல் ஹஸன்; இந்த நூலைச் சிறப்பாக வடிவமைத்து, வெளியிடும் மாற்றுப் பிரதிகள் பதிப்புக் குழு நண்பர்கள்; அனைவருக்கும் இதயம் கனிந்த நன்றி.

எம்.எச். ஜவாஹிருல்லா

நபிகளாரின் சமூக உறவு

அரபியா
வரை படம்
ஸிரியா
பனீ லக்ம்
பனீ பலீ
தாமத் அல்-ஜந்தல்
பனீ கல்ப்
தபூக்
பனீ குதாஅ
பனீ தாயி
பனீ அஸத்
பனீ கதபான்
நூபியா
நஜ்ம்
பனீ ஆமிர்
தாலிப்
பனீ கத்அம்
நஜ்ரான்
யேமன்
அபிஸீனியா

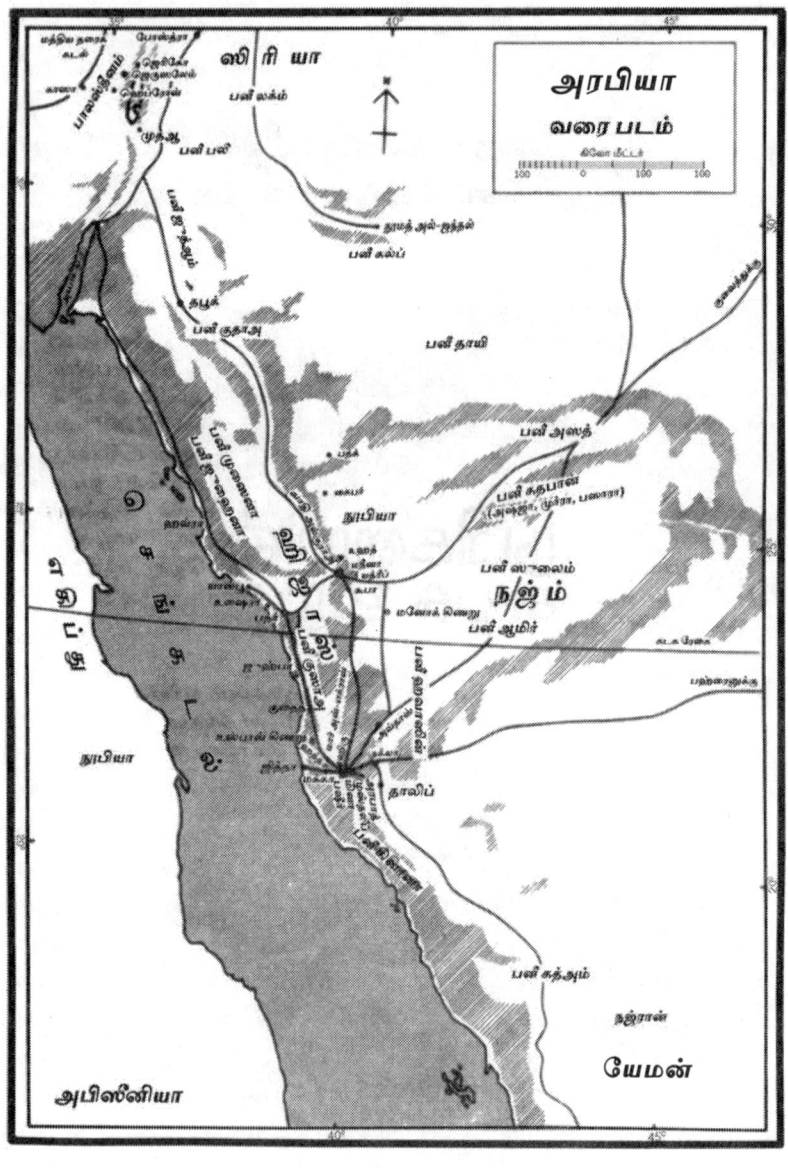

1

வேத வெளிப்பாட்டை உறுதி செய்த கிறிஸ்தவ அறிஞர்

இறைவனின் இறுதித் தூதரான முஹம்மது நபிகளார் (ஸல்- அவர்மீது அமைதி நிலவட்டுமாக) சவூதி அரேபியா நாட்டிலுள்ள மக்காவில் கிபி 570ஆம் ஆண்டில் பிறந்தார். குறைஷி குலத்தில் (வணிகக்குடி) பனு ஹாஷிம் குடும்பத்தில் நபியாய் (இறைத் தூதராய்) ஒப்பற்ற தலைவராய் விளங்கினார். அந்தக் காலகட்டத்தில் பனுஹாஷிம் குலத்தினர் அரேபிய தீபகற்பத்தின் வணிகத்தையும் சமய வழிபாட்டுத் தலங்களையும் தங்களுடைய கட்டுப்பாட்டில் வைத்திருந்தனர்.

புனிதரைப் பெற்ற புனித பூமியாகிய மக்கா நகரம் செங்கடலிலிருந்து 80 கிமீ உள்நிலப் பரப்பில் மிகவும் முக்கிய வணிக நெடுஞ்சாலையில் அமைந்திருந்தது. பல நூறு கிமீ பாலைவனம் சூழ்ந்த நிலையில் மக்கா இருந்ததனால் எவ்வித வெளிநாட்டு ஆதிக்கமும் இல்லாமல் அந்த நகரம் வளர்ந்துவந்தது. மக்கா அரேபிய தீபகற்பத்தில் முக்கியத்துவம் வாய்ந்த மத வழிபாட்டுத் தலமாகவும் இருந்தது. ஆண்டுதோறும் மிகப் பெரும் எண்ணிக்கையில் மக்கள் மக்காவில் வழிபாட்டிற்குக் கூடுவார்கள். எனவே அரபு மக்கள்மீது தாக்கம் செலுத்தும் நகரமாக, செழிப்பான மாநகராக மக்கா விளங்கியது. இந்தப் பின்னணியெல்லாம் எதற்காகக் கூறுகிறேன் என்றால், மேற்சொன்ன கூறுகளெல்லாம் இஸ்லாம் பரவத் தொடங்கிய போது மிகப்பெரும் விளைவுகளைப் பின்னாட்களில் ஏற்படுத்தத் தொடங்கின. பல்வேறு சிலை வணக்கங்கள் புரியப்பட்ட மாநகரை, ஓரிறைக் கொள்கையின் கோட்டையாக மாற்றியதில் நபிகளாரின் பங்களிப்பு அளவிட முடியாதது; அர்ப்பணிப்பு மிகுந்தது.

சோதனைகள் சூழ்ந்த பிறப்பு

நபிகளாரின் தொடக்க கால வாழ்வானது, சோதனைகள் நிறைந்ததாக அமைந்திருந்தது. நபிகளார் பிறப்பதற்கு முன்பே அவருடைய தந்தை அப்துல்லாஹ் மரணித்துவிட்டார். ஆறு வயதிருக்கும் போது தாயார் ஆமினாவும் இறந்துவிட்டார். இந்தச் சூழலில் மக்காவில் முக்கியப் பிரமுகராக விளங்கிய பாட்டனார் அப்துல் முத்தலிப்பின் அரவணைப்பில் நபிகளார் வளர்ந்துவந்தார். பாட்டனார் மரணித்த பிறகு நபிகளார் தமது தந்தையின் சகோதரர் அபூதாலிப் என்பவரின் பராமரிப்பில் வளர்ந்துவந்தார்.

வளம் நிறைந்த குறைஷி குலத்தில் பிறந்திருந்த போதினும் நபிகளார் செல்வச் செழிப்புடன் வளர்ந்து வரவில்லை. அபூதாலிப்புடன் தமது குழந்தைப் பருவத்தில் சிரியாவிற்குப் பல வணிகப் பயணங்களை நபிகளார் மேற்கொண்டார். ஒரு நேர்மையான வணிகர் என்ற நற்பெயரை நபிகளார் பெற்றார். உண்மையாளர், நம்பிக்கைக்குரியவர் என்று மக்கள் நபிகளாரை அழைத்துவந்தார்கள். குறைஷி மக்களிடையே மிகுந்த நம்பிக்கைக்கு உரியவராக விளங்கி, பல இக்கட்டான சூழ்நிலைகளில் அவர்களிடையே உள்ள பிரச்சினைகளைத் தீர்ப்பதற்காக நபிகளார் அழைக்கப்பட்டார்.

தமது 25-ஆவது வயதில் தேர்ந்த வணிகராக விளங்கிய நபிகளார் செல்வந்தரான கதீஜா என்ற விதவையின் வணிக முகவராகச் செயல்படத் தொடங்கினார். நபிகளாரின் நேர்மை, அர்ப்பணிப்பு, நல்லொழுக்கத்தினால் கவரப்பட்ட கதீஜா, நபிகளாரை விரும்பி அவரை மணக்கும் தமது விருப்பத்தை வெளிப்படுத்தினார். பெரியவர்கள் சம்மதத்துடன் அவர்களது திருமணம் இனிதே நடைபெற்றது.

இன்னொரு பக்கம், மக்கா நகரில் வாழ்ந்த மக்கள், சிலைகளை வணங்குபவர்களாக இருந்தார்கள். எந்தச் சூழலிலும் குறைஷிகளின் இந்த மத வழிபாடுகளில் நபிகளார் பங்கு கொண்டதில்லை.

நல்லவர் வழியில் நால்வர்

மாபெரும் இறைத்தூதர்கள் இப்ராஹீம், இஸ்மாயீல் ஆகிய இருவரும் மக்கா நகரை உருவாக்கியதும் அவர்கள் ஏக தெய்வ

படம்: ஹிரா குகை. நபிகளார் தனிமையில் இறைச்சிந்தனையில் ஆழ்ந்த இடம்

கொள்கையுடையவர்களாக இருந்ததும் பெரும்பாலான அரபுகளுக்கு மறந்துவிட்ட வரலாறாகவே ஆகிவிட்டிருந்தது. இருப்பினும் மக்கா நகரில் சிலைகளை வணங்காத ஓரிறைக் கொள்கையுடையவர்கள் சிலரும் வாழ்ந்து வந்தார்கள். அவர்களில் நால்வர் குறிப்பிடத்தக்கவர்கள். வராக்கா பின் நவ்பல், உபைதுல்லாஹ் பின் ஜஹ்ஷ், உஸ்மான் இப்னு ஹுவைரித், ஜைத் இப்னு அம்ர் ஆகியோர் இந்த நால்வர். இவர்களில் வராக்கா பின் நவ்பல், பிறகு கிறிஸ்தவ சமயத்தை ஏற்று விவிலியத்தைப் படித்துப் பெரும் கிறிஸ்தவ அறிஞராகத் திகழ்ந்தார்.

தனிமை தவத்தில் இறைத்தூதர்

சிறுவயதிலிருந்தே இறை நாட்டமும் தேட்டமும் உடைய நபிகளார், சிலைவணக்கத்தில் ஈடுபடாமல் தனிமையை விரும்பினார். தவமிருக்கத் தொடங்கினார். மக்காவிலிருந்து 5 கி.மீ. தொலைவில் ஒரு மலையின் உச்சியில் இருந்த 'ஹிரா' குகைக்குச் சென்று தனிமையில் நபிகளார் இறைச் சிந்தனையில் ஆழ்ந்து தியானிப்பார். ஏதோ ஒன்று தமக்குள் நேரப்போவதை உணர்ந்தவராகவே இருந்தார்.

ஹிரா குகையில் நபிகளாருக்கு முதன் முறையாகத் திருக்குர்ஆனின் வசனங்கள் வானவர் தலைவர் ஜிப்ரீல் (கேப்ரியல்) வழியாக அருளப்பட்ட போது, பதற்றம் நிறைந்த நிலையில் அவர் இல்லம் திரும்பினார். தம் துணைவியார் கதீஜாவிடம் வந்த நபிகளார் (தம்முடைய உடலைப்) 'போர்த்துங்கள் போர்த்துங்கள்' என்று சொல்ல, கதீஜா போர்த்தினார். பிறகு பதற்றம் தணிந்த நிலையில் 'எனக்கு என்ன நேர்ந்துவிட்டது' என்று சொல்லிவிட்டு ஹிரா குகையில் தாம் தவம் இருந்த சூழலில் வானவர் ஜிப்ரீல் தம்முன் வந்து 'படிப்பீராக' என்று சொல்லியதையும், 'எனக்குப் படிக்கத் தெரியாது' என்று சொன்னதும் தம்மைக் களைப்படையும் வரை இறுக்கமாகக் கட்டியணைத்து மீண்டும் 'படிப்பீராக' என்று சொன்னதையும் தாம் மீண்டும் 'எனக்குப் படிக்கத் தெரியாது' என்று குறிப்பிட்டதையும் இவ்வாறு மூன்று முறை ஜிப்ரீல் செய்ததையும் அதன் இறுதியில்...

(யாவற்றையும்) படைத்த உம்முடைய இறைவனின் திருப் பெயரைக் கொண்டு படிப்பீராக! 'அலக்'(இரத்தக்கட்டி) என்ற நிலையில் இருந்து மனிதனைப் படைத்தான். படிப்பீராக! உம் இறைவன் மாபெரும் கொடையாளி. அவனே எழுதுகோலைக் கொண்டு கற்றுக்கொடுத்தான். மனிதனுக்கு அவன் அறியாதவற்றை யெல்லாம் கற்றுக் கொடுத்தான் (96:1-5)

என்று திருக்குர்ஆனின் முதல் ஐந்து வசனங்களைத் தனக்குப் படித்துக் காட்டியதை விவரித்தார் முஹம்மது நபிகளார். பிறகு அன்னை கதீஜாவிடம் 'எனக்கு அச்சமாக இருக்கின்றது' என்று சொன்னார். அதற்கு அன்னை கதீஜா 'நீங்கள் அச்சப் படுவதற்கு ஒன்றுமில்லை. பதற்றப்பட வேண்டாம். எப்போதும்

நபிகளாரின் குடும்ப பரம்பரை

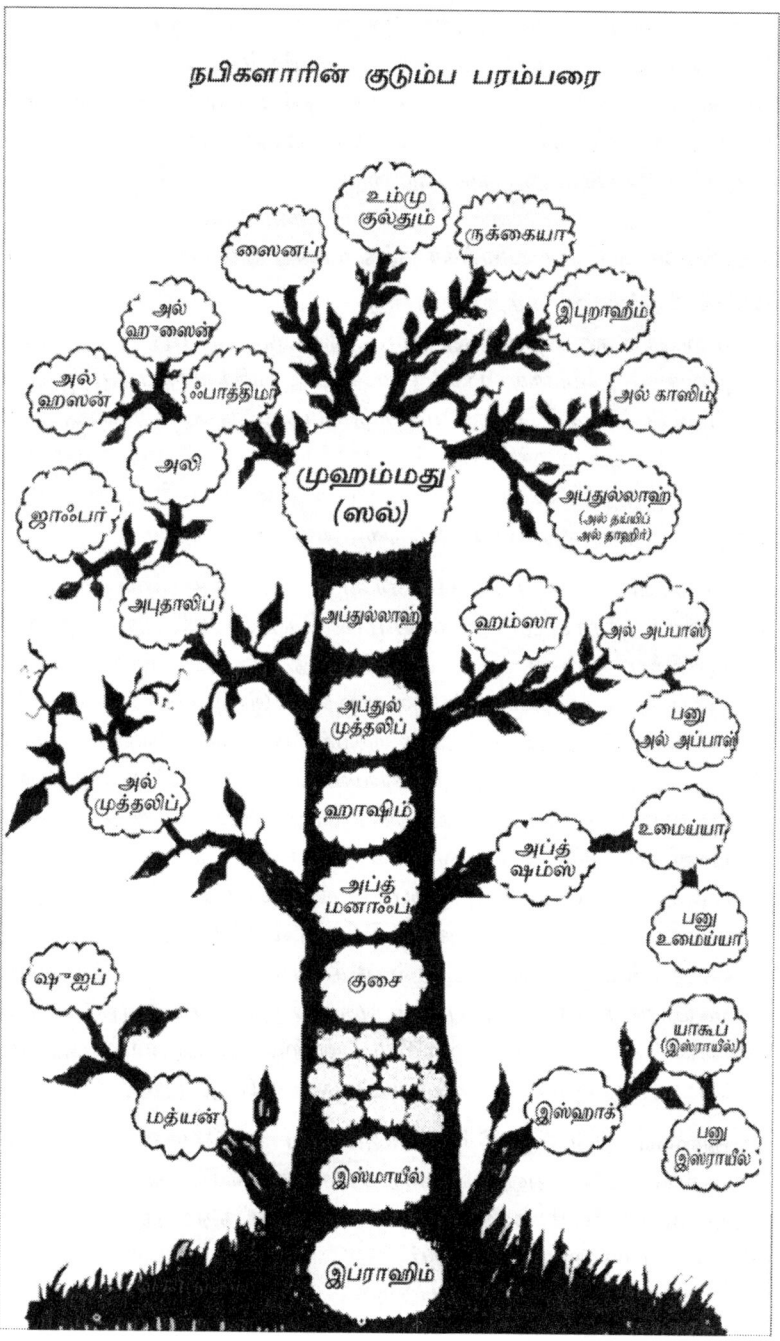

உண்மையைப் பேசி, உறவினர்களுடன் கருணையுடன் நடந்து கொண்டு தேவையுடையோருக்கு உதவிகள் செய்து, விருந்தாளி களை உபசரித்து, நேர்மையான ஒவ்வொரு செயலுக்கும் நேசக்கரம் நீட்டும் உங்களை இறைவன் சிறுமைப்படுத்த மாட்டான்' என்று ஆறுதல் கூறினார்.

கிறிஸ்தவ அறிஞர் வராக்கா தந்த சான்றுறுதிகள்

பிறகு அன்னை கதீஜா, தனது தந்தைவழி உறவினரான, விவிலியத்தைக் கற்றறிந்த அரபு, ஹீப்ரூ மொழி புலமையும் பெற்றிருந்த , வராக்கா பின் நவ்பலிடம் நபிகளாரை அழைத்துச் சென்றார்கள். அப்போது வயோதிகராக இருந்த வராக்கா, கண் பார்வையையும் இழந்திருந்தார். வராக்காவிடம் உங்கள் மருமகனின் அனுபவத்தைக் கேளுங்கள் என்று கூறினார். நபிகளார், ஹிரா குகையில் தாம் எதிர்கொண்ட நிகழ்வை விவரித்தார்.

நபிகளார் தமது அனுபவத்தை விவரித்து முடித்தவுடன் வராக்கா ஆச்சரியமும் அதிசயமும் கொண்டார். ‘இறைத்தூதர் மூஸாவிற்கு அருளப்பட்ட அதே வேத வெளிப்பாடுதான் இது. இந்தக் காலகட்டத்தில் நான் இளைஞனாக இருந்திருக்கக் கூடாதா? உமது மக்கள் உம்மை உமது நகரத்திலிருந்து வெளியேற்றும் போது நான் உயிரோடு இருக்க வேண்டும் என்று விரும்புகிறேன்' என்று கூறினார். நபிகளார் வராக்காவிடம், ‘என்ன... இந்த மக்கள் என்னை ஊரைவிட்டே அனுப்பிவிடுவார்களா?' என்று வியப்புடன் கேட்டார். அதற்கு வராக்கா ‘ஆம், உங்களைப் போன்று பரப்புரை செய்த எவரும் எதிர்ப்பைச் சந்திக்காமல் இருந்ததில்லை. நான் அந்த நாள்வரை வாழ்ந்தால் நிச்சயமாக எனது அனைத்து வகையான உதவிகளையும் உங்களுக்குச் செய்வேன்' என்று பதிலளித்தார் (புகாரி, முஸ்லிம், அஹ்மது). ஆனால் அறிஞர் வராக்கா இதற்குப் பிறகு சொற்ப காலம் கழித்து இறந்துவிட்டார்.

இறைவனின் இறுதித்தூதராகப் பொறுப்பேற்ற உடனேயே தமக்கு ஏற்பட்ட அனுபவத்தை நபிகளார் (ஸல்) ஒரு கிறிஸ்தவ சமய அறிஞரிடம் கலந்தாலோசனை செய்தது குறிப்பிடத்தக்க தொரு வரலாற்று நிகழ்வாகும்.

2
இஸ்லாத்தை ஏற்காத அபூதாலிபின் அரவணைப்பில்

முஹம்மது நபி (ஸல்) பிறப்பதற்கு முன்பு தந்தை அப்துல்லாஹ்வும், ஆறு வயதான போது அன்னை ஆமினாவும், அதன்பின் எட்டு வயதான போது அவரை வளர்த்த பாட்டனார் அப்துல் முத்தலிபும் மரணித்துவிட்டார்கள். இதன் பிறகு அவர் தமது தந்தையின் உடன்பிறந்த சகோதரர் அபூதாலிப்பின் பொறுப்பில் வளர்ந்து வந்தார்.

அபூதாலிப் மிகுந்த நேசத்துடன் நபிகளாரை வளர்த்து வந்தார். தமக்கு அருகிலேயே அவரைப் படுக்க வைத்துக்கொள்வார். சிறந்த உணவை அவருக்கு அளித்து வந்தார். நபிகளார் சாப்பிடும் வரை அபூதாலிப் காத்திருப்பார். நபிகளார் மதீனாவிற்கு ஹிஜ்ரத் (புலப்பெயர்வு) செல்வதற்கு மூன்று ஆண்டுகளுக்கு முன்பு அபூதாலிப் மரணித்தார். தமது இறுதி மூச்சுவரை இஸ்லாத்தை ஏற்காவிட்டாலும் நபிகளார் மீது பாசத்தைப் பொழிந்து அவருடைய பாதுகாப்பிற்கு உறுதுணையாக இருந்தார். நபிகளாரும் அவரிடம் கண்ணியமாக நடந்துகொள்ளவும் உறவைப் பேணவும் நேசம் கொள்ளவும் தவறவில்லை.

கண்மணியை இமை போல் காத்த காவலர்

இறைத்தூதர் ஆன பிறகு மக்காவில் நபிகளார் மேற்கொண்ட பரப்புரை அங்கு வாழ்ந்த உயர்குடி குறைஷி குலத்தைச் சேர்ந்த இறைநிராகரிப்பாளர்களுக்கிடையே கடும் வெறுப்புணர்வை ஏற்படுத்தியது. முதல் கட்டமாக குறைஷியர்களின் முக்கியத் தலைவர்கள் அபூதாலிபைச் சந்தித்தார்கள். நபிகளாரின் ஏகத்துவப்

பரப்புரைக்குத் தமது எதிர்ப்பை வெளிப்படுத்திய அவர்கள், ஒன்று முஹம்மது தமது பரப்புரையை நிறுத்த வேண்டும் அல்லது நீங்கள் அவருக்குப் பாதுகாப்பு அளிப்பதை நிறுத்திக்கொள்ள வேண்டும் என்று அபூதாலிப்பிடம் வலியுறுத்தினார்கள். அபூதாலிப், அவர்களது கோரிக்கைகளை ஏற்காமல் சில சமாதான வார்த்தைகளைக் கூறி அனுப்பிவைத்தார்.

நபிகளார் தமது பரப்புரையைத் தொடர்ந்தார். இது குறைஷிகளுக்குத் தாங்க முடியாத ஆத்திரத்தை ஏற்படுத்தியது. மீண்டும் அபூதாலிபிடம் வந்து 'அபூதாலிபே! உமது வயது, அந்தஸ்தின் காரணமாக எங்கள் மதிப்பைப் பெற்றவராக உள்ளீர். உமது சகோதரரின் மகன் முஹம்மதின் நடவடிக்கைகளைத் தடுக்கும்படி கோரினோம். நீர் ஒன்றும் செய்யவில்லையே' என்று கோபத்துடன் சொன்னார்கள். அத்துடன் அபூதாலிபிடம் 'இனியும் நாங்கள் வெறுமனே உட்கார்ந்து பார்த்துக்கொண்டிருக்க மாட்டோம். ஒன்று முஹம்மதுடைய நடவடிக்கைகளைத் தடுத்து நிறுத்துவோம் அல்லது முஹம்மதுடனும் உம்முடனும் முடிவு காணும் வரையில் சண்டையிடுவோம்' என்று சபதமிட்டுவிட்டுச் சென்றார்கள்.

தமது குலத்தினரின் பகையைச் சம்பாதிப்பது அபூதாலிபிற்குச் சிரமமாக இருந்தது. அதேநேரத்தில் நபிகளாரின் பரப்புரையில் அபூதாலிப் தவறு எதனையும் காணவில்லை. எனவே குறைஷி குலத் தலைவர்கள் சென்ற பிறகு நபிகளாரை அழைத்த அபூதாலிப், நடந்த விவரங்களை எடுத்துரைத்தார். அதேநேரத்தில், நபிகளார் தாம் விரும்பியபடி நடந்துகொள்ளலாம் என்று சொல்லிவிட்டு, 'தன் மீது சுமக்க முடியாத சுமையைச் சுமத்த வேண்டாம்' என்றும் கேட்டுக்கொண்டார்.

இந்த நேரத்தில்தான் நபிகளார் அபுதாலிபிடம், 'அல்லாஹ்வின் மீது ஆணையாக, வலக்கரத்தில் சூரியனையும், இடக்கரத்தில் சந்திரனையும் தந்துவிட்டு எனது பரப்புரையைக் கைவிட வேண்டும் என்று சொன்னாலும் அல்லாஹ் எனக்கு வெற்றிதரும் வரையில் அல்லது மரணிக்கும் வரையில் எனது கொள்கையை விடமாட்டேன்' என்று உணர்ச்சிப் பொங்கக் கூறிய நபிகளார், அழுகை பீறிட வெளியே செல்வதற்கு எழுந்தார். அப்போது

அபூதாலிப் நபிகளாரைத் திரும்ப அழைத்துச் சொன்னார்: ‘எனது அருமை மகனே! உங்கள் பணியைத் தொடருங்கள். உம் மீதுள்ள பாசத்தில்தான் நான் அவ்வாறு சொன்னேன். உலகில் உள்ள எந்தப் பொருளைக் கொடுத்தாலும் அதற்குப் பகரமாக உங்களைப் புறந்தள்ள மாட்டேன்’ என்று உணர்ச்சிகரமாகக் கூறினார்.

இந்தச் சம்பவத்தில் நபிகளாரின் துணிச்சலும் உறுதியான நிலைப் பாடும் வெளிப்படுகின்றன. அதேநேரத்தில் அபூதாலிபின் நிலைப்பாடும் நம்மை வியக்க வைக்கின்றது. தமது மரணம் வரை அபூதாலிப் நபிகளாருக்குப் பாதுகாப்பாக இருந்தார். கண்மணி நாயகத்தைக் கண் இமை போல் காத்தார் நபிகளாரின் பெரிய தந்தையார்.

அபூதாலிப் தமது இறுதிமூச்சுவரை இஸ்லாத்தைத் தழுவ வில்லை என்றாலும், அண்ணல் நபிக்குப் பக்கபலமாக இருந்தார். நபிகளாரின் இஸ்லாமியப் பரப்புரை எவ்வகையிலும் அவர் களுக்கிடையிலான உறவைப் பலவீனப்படுத்தவில்லை. அதே போல், அபூதாலிப் முஸ்லிம் இல்லை என்ற காரணத்தினால் அவருடைய அரவணைப்பை நபிகளார் நிராகரிக்கவும் இல்லை, அவர் மீது அளவுகடந்த அன்பைப் பொழியத் தவறவுமில்லை. இவ்விருவருக்கும் இடையிலான உறவும் புரிந்துணர்வும் நம் அனைவருக்கும் வழிகாட்டுவதாக அமைகிறது.

3

அபிசீனியாவிலிருந்து ஒரு முன்மாதிரி

நானிலம் போற்றும் நபிகளார் ஒரு தொலைநோக்குப் பார்வை யுடைய தலைவராக விளங்கினார். அவருடைய மதி நுட்பத்தின் அடையாளமாக விளங்குவதுதான் அபிசீனியா விற்கு (இன்றைய எத்தியோப்பியாவிற்கு) நபித்தோழர்கள் மேற்கொண்ட புலம் பெயர்தல் (ஹிஜ்ரத்).

தாம் பிறந்த மண்ணைத் துறந்து வேறு ஒரு நாட்டில் குடியமர்வதே ஹிஜ்ரத் என்று அழைக்கப்படுகின்றது. இஸ்லாமிய வரலாற்றில் நபிகளாரின் காலத்தில் நடைபெற்ற முதல் ஹிஜ்ரத் அபிசீனியாவிற்கு மேற்கொள்ளப்பட்ட ஹிஜ்ரத் ஆகும்.

அபூதாலிப் மூலம் நெருக்கடியை அளித்து நபிகளாரின் இஸ்லாமியப் பரப்புரையை முடக்கிவிடலாம் என்ற குறைஷி இறைநிராகரிப்பாளர்களின் திட்டம் வெற்றியடையவில்லை. தொடர்ந்து நபிகளார் நீதியையும் அமைதியையும் நிலைநாட்டும் தம் இறைப்பணியைச் சீரிய முறையில் நடத்தினார். நாளுக்கு நாள் நபிகளாரின் பரப்புரையை ஏற்று இஸ்லாத்தைத் தழுவியவர் களின் எண்ணிக்கை அதிகரித்துவந்தது. நபிகளாரின் கொள்கை ஆழமாக மக்காவில் வேரூன்றி வருவதையும் பலதரப்பட்ட கோத்திரத்தினரும் நபிகளாரின் பரப்புரையை ஏற்றுக்கொள்வதும் குறைஷி இறைநிராகரிப்பாளர்களால் சகித்துக்கொள்ள முடியவில்லை.

இஸ்லாத்தைத் தமது வாழ்வியல் நெறியாக ஏற்றுக்கொண்டவர் களைப் பலவகையிலும் துன்புறுத்துவதற்குக் குறைஷி நிராகரிப்பாளர்கள் முனைந்தார்கள். அதனால் நாளுக்கு நாள் மக்காவில் பதற்றம் அதிகரித்தது. இந்த நிலையில் நபிகளார் தமது

தோழர்களை அபிசீனியாவிற்கு புலம்பெயரச் செய்யும் முடிவை எடுத்தார்.

நபிகளாரின் மதிநுட்பமிக்க முடிவு

மக்காவில் தமது ஏக இறைக்கொள்கை பரப்புரைக்கு எதிராக உருவாகி வந்த மிக மோசமான நிலையை எதிர்கொள்ள நபிகளார் இறைவழிகாட்டலின் அடிப்படையில் மேற்கொண்ட மிக விவேகமான முடிவாக இந்த அபிசீனியா ஹிஜ்ரத் பயணம் அமைந்திருந்தது. அப்போது அபிசீனியாவை நஜ்ஜாஷி என்ற கிறிஸ்தவ மன்னர் ஆட்சி செய்துகொண்டிருந்தார். அவர் நீதி வழுவாமல் ஆட்சி செய்பவர் என்பதை நபிகள் நாயகம் அறிந்திருந்தார். இந்தப் பின்னணியில் அபிசீனியாவிற்கு முஸ்லிம்களை அனுப்பி வைத்தார். முதல் குழுவில் 4 பெண்கள் உட்பட 16 தோழர்கள் இடம்பெற்றார்கள். இவர்களில் உஸ்மானும் அவருடைய மனைவியும் நபிகளாரின் புதல்வியுமான ருக்கையாவும் அடங்குவர். இதனைத் தொடர்ந்து மேலும் பல குழுவினர் அபிசீனியா சென்றார்கள். மொத்தமாக 82 அல்லது 83 தோழர்கள்; இவர்களில் 19 பேர் பெண்கள்.

மக்காவில் இருந்த முஸ்லிம்களைவிட அபிசீனியாவில் வாழ்ந்த முஸ்லிம்களின் எண்ணிக்கை அந்த நேரத்தில் அதிகமாக இருந்தது. மக்காவிற்கு அடுத்து இரண்டாவது உறைவிடமாக முஸ்லிம்களுக்கு அபிசீனியா விளங்கியது. தங்கள் உயிர், உடைமை, சமய நம்பிக்கை, பண்பாடு முதலானவற்றுக்குப் பாதுகாப்பளித்த ஒரு முஸ்லிமல்லாத, நீதிமிக்க ஆட்சியாளரின் கீழ் முஸ்லிம்கள் வசித்தனர். நஜ்ஜாஷி மன்னரிடமும், அவரின் ஆட்சியை ஏற்று வாழ்ந்த முஸ்லிம்களிடமும் தற்கால ஆட்சியாளர்களுக்கும் முஸ்லிம் சமூகத்துக்கும் பல படிப்பினைகள் உள்ளன.

குறைஷிகளின் சதி

தங்கள் பிடியிலிருந்து பெருமளவு முஸ்லிம்கள் தப்பி வேறு ஒரு நாட்டிற்குச் சென்றுவிட்டது குறைஷிகளுக்குப் பெரும் அதிருப்தியை ஏற்படுத்தியது. உடனே கூட்டம் ஒன்றை நடத்தி நஜ்ஜாஷி மன்னரிடம் ஒரு தூதுக் குழுவை அனுப்ப முடிவு செய்தனர் மக்கத்து இறைநிராகரிப்பாளர்கள். அப்போது இஸ்லாத்தை

ஏற்காதிருந்த அம்ரு இப்னு ஆஸ், அப்துல்லாஹ் இப்னு அபீரபிஆ ஆகிய இருவரையும் அனுப்பி வைக்க முடிவு செய்யப்பட்டது.

மக்காவிலிருந்து புலம்பெயர்ந்து வந்த முஸ்லிம்களைத் தங்கள் வசம் ஒப்படைக்கக் கோரி அபிசீனிய மன்னர் நஜ்ஜாஷியிடம் வலியுறுத்துவதற்காக ஏராளமான பரிசுப் பொருள்களுடன் அம்ரு இப்னு ஆஸும் அப்துல்லாஹ் இப்னு அபீரபிஆவும் அபிசீனியாவிற்கு வந்தடைந்தனர்.

நஜ்ஜாஷியின் அவையோருக்கு லஞ்சம்

முதலில் நஜ்ஜாஷி மன்னரின் அவையில் இருந்த மத குருமார்களை அம்ரும், அப்துல்லாஹ்வும் சந்தித்தார்கள். தங்கள் வருகையின் நோக்கத்தை அவர்களிடம் எடுத்துரைத்தார்கள்.

'எங்கள் நாட்டைச் சேர்ந்த சில விஷமிகள் உங்கள் நாட்டில் தஞ்சம் புகுந்துள்ளனர். எங்கள் மதத்திற்கு எதிராகக் கலகம் புரிந்த அவர்கள் உங்கள் மதத்தையும் ஏற்றுக்கொள்ளவில்லை. எங்கள் நாட்டுத் தலைவர்களின் பிரதிநிதிகளாக நாங்கள் வந்துள்ளோம். எங்கள் நாட்டிலிருந்து வந்தவர்களை எங்களிடம் ஒப்படைக்கு மாறு மன்னர் நஜ்ஜாஷியிடம் கோரிக்கை வைக்க வந்துள்ளோம். நாங்கள் மன்னரிடம் இந்தக் கோரிக்கையை வைக்கும் போது அவர்களை அவைக்கு அழைத்து விசாரிக்காமல் எங்களுக்கு சாதகமான முடிவை மன்னர் எடுப்பதற்கு நீங்கள் உதவிட வேண்டும்' என்றனர். இந்த நிலைப்பாட்டிற்குச் சாதகமான முறையில் செயல்படுவதற்காக லஞ்சமாகத் தாங்கள் கொண்டுவந்த அன்பளிப்புகளை சமய குருமார்களுக்கு அம்ரும், அப்துல்லாஹ்வும் வழங்கினார்கள்.

அம்ரும், அப்துல்லாஹ்வும் நஜ்ஜாஷி மன்னரை அவரது அவையில் சந்தித்து அவருக்கு அழகிய ஒட்டகத் தோலைப் பரிசாக வழங்கினர். பிறகு மன்னரிடம் தங்கள் கோரிக்கையை வைத்தனர். நஜ்ஜாஷியின் சொந்த மதமான கிறிஸ்தவத்தை மக்கா விலிருந்து தஞ்சம் புகுந்துள்ளவர்கள் ஏற்றுக்கொள்ளவில்லை என்பதை அழுத்தமாகவே அம்ரு பதிவு செய்தார். தஞ்சம் புகுந்தவர்களின் சொந்த உறவினர்கள் சார்பாக தாங்கள் வந்திருப்ப தாகவும் தங்களிடம் ஒப்படைத்தால் எவ்விதத் தீங்கும் ஏற்படாது என்றும் இருவரும் நஜ்ஜாஷி மன்னரிடம் தெரிவித்தனர்.

அவையிலிருந்த மதகுருமார்களும் இவர்களுக்கு ஆதரவாக 'தஞ்சம் புகுந்தவர்களைப் பற்றி அவர்களது நாட்டினரே தீர்ப்பு வழங்கட்டும். நாம் அவர்களை நாடு கடத்துவதுதான் சரியான வழியாக இருக்கும்' என்று மன்னருக்குப் பரிந்துரைத்தனர்.

நஜ்ஜாஷியின் கோபம்

இதனைக் கேட்ட மன்னர் நஜ்ஜாஷிக்குக் கடும் கோபம் வந்தது. அவர் அவையோரை நோக்கிப் பேசியது முற்றிலும் விவேகமானது.

'மற்றவர்களையெல்லாம் புறந்தள்ளிவிட்டு என்னை விரும்பி என் நாட்டில் அடைக்கலம் புகுந்தவர்கள் விஷயத்தில் நான் ஒருதலைப்பட்சமாகத் தீர்ப்பு அளிக்க மாட்டேன். நான் அவர்களை அழைத்து இந்த இருவர் கூறுவது குறித்து அவர்களிடம் விசாரிப்பேன். இந்த இருவர் கூறுவது உண்மையாக இருப்பின் அவர்களை வெளியேற்றுவேன். இல்லையெனில் தொடர்ந்து அவர்கள் எனது பாதுகாப்பில் வாழ்வார்கள்' என்று குறிப்பிட்டார்.

மக்காவிலிருந்து வந்த இருவரும் ஏமாற்றம் அடைந்தார்கள். அபிசீனியாவில் வாழ்ந்த முஸ்லிம்களுக்கு மன்னரின் அவைக்கு வருமாறு அழைப்பு அனுப்பப்பட்டது. நபித்தோழர் ஜாபர் பின் அபீதாலிப் தலைமையில் முஸ்லிம்கள் நஜ்ஜாஷியின் அவைக்குச் சென்றார்கள். நபிகளார் கற்றுத்தந்த வழிமுறையின் அடிப்படையில் உண்மையை மட்டும் பேசுவது என்ற உறுதியான முடிவுடன் சென்றார்கள்.

மன்னரின் அவைக்கு வந்த முஸ்லிம்களிடம் நேரடியாக விசாரணை தொடங்கியது. மன்னர் கேட்டார்: 'உங்கள் சொந்த மக்களிடமே பகைமை பாராட்டும் அளவிலும், எனது சொந்த மதத்துடனும் உலகின் இதர மதங்களுடனும் வேறுபட்டு நிற்கும் உங்கள் புதிய மதம்தான் என்ன?'

இந்தக் கேள்விக்கு மிக விரிவாக வரலாற்றுச் சிறப்பு மிகுந்த பதிலை நபித்தோழர் ஜாபர் அளித்தார்.

மன்னரே! நாங்கள் அறியாமையில் மூழ்கி வன விலங்குகள் போல் வாழ்ந்து வந்தோம். எங்களில் வலிமையானவர்கள் பலம் குன்றியவர்களைச் சுரண்டி வாழ்ந்துகொண்டிருந்தோம். நாங்கள் எந்தச் சட்டத்தையும் மதித்து நடந்ததில்லை. பலப்

பிரயோகத்தைத் தவிர வேறு எந்தவொரு அதிகாரத்தையும் நாங்கள் ஏற்றுக்கொண்டதில்லை. நாங்கள் கல்லால் அல்லது மரத்தினால் செய்யப்பட்ட சிலைகளை வணங்கிவந்தோம். மனிதநேயம் என்றால் என்னவென்று அறியாதவர்களாக நாங்கள் வாழ்ந்து வந்தோம்.

இத்தகைய சூழலில்தான் இறைவன் தனது கருணையால் எங்களிடையே எங்களில் ஒருவரை இறைத்தூதராக அனுப்பி வைத்தான். அவருடைய உண்மை வழுவாத பண்பைப் பற்றியும் நேர்மையைப் பற்றியும் நாங்கள் அறிந்திருந்தோம். அப்பழுக்கு இல்லாத உன்னதமான ஆளுமைக்கு எடுத்துக் காட்டாக அவர் விளங்கினார். அரபுகளில் மிக உயர்வான குடும்பத்தில் அவர் பிறந்தார்.

அந்த இறைத்தூதர் ஒரே இறைவனை வணங்கும்படி எங்களை அழைத்தார். சிலைகளை வணங்க வேண்டாம் என்று தடுத்தார். உண்மையைப் பேசும்படி எங்களுக்கு அறிவுறுத்தினார். பலவீனமானவர்களை, ஏழைகளை, சாமானியர்களை, விதவைகளை, அநாதைகளைப் பாதுகாக்கும்படி அவர் கட்டளை யிட்டார். பெண்களைக் கண்ணியத்துடன் நடத்தும்படியும் அவர்களைப் பற்றி ஒருபோதும் அவதூறு பேச வேண்டாம் என்றும் அவர் அறிவுறுத்தினார்.

நாங்கள் இறைத்தூதருக்குக் கட்டுப்பட்டு அவருடைய போதனை களை நடைமுறைப்படுத்தி வந்தோம். எங்கள் நாட்டில் இப்போதும் பெரும்பான்மையான மக்கள் இணைவைப்பாளர் களாகத்தான் இருக்கின்றார்கள். நாங்கள் இஸ்லாம் என்று அழைக்கப்படும் அந்தப் புதிய வாழ்வியல் நெறியை ஏற்றுக் கொள்வதை அவர்கள் எதிர்த்தார்கள். அவர்கள் எங்கள் மீது அடக்கு முறையைக் கட்டவிழ்த்துவிட்டார்கள். அவர்களது அடக்குமுறையிலிருந்து தப்பித்துக்கொள்வதற்காகத்தான் நாங்கள் உங்கள் நாட்டில் தஞ்சம் புகுந்துள்ளோம்.

நபித்தோழர் ஜாபரின் அழுத்தமான பதிலால் ஆச்சரியப்பட்ட நஜ்ஜாஷி மன்னர், நபிகளாருக்கு இறைவனால் அருளப்பட்ட வசனங்களில் சிலவற்றை எடுத்துரைக்குமாறு ஜாபரிடம் கேட்டார்.

நபித்தோழர் ஜாபர், திருக்குர்ஆனிலிருந்து மர்யம் என்று தலைப்பிடப்பட்டுள்ள 19ஆவது அத்தியாயத்தின் சில வசனங்களைப் படித்துக் காட்டினார். இறைத்தூதர் ஜக்கரியா நபிகளார், அவருடைய மகன் யஹ்யா ஆகியோரைப் பற்றி விவரித்துவிட்டு, ஈஸா நபிகளாரின் பிறப்பைப் பற்றியும் எடுத்துரைப்பவை அந்த வசனங்கள். இறுதியாகப் பின்வரும் வசனங்களையும் நபித்தோழர் ஜாபர் அவையில் படித்தார்:

> பின்னர் (மர்யம்) அந்தக் குழந்தையைச் சுமந்துகொண்டு தம் சமூகத்தாரிடம் வந்தார்; அவர்கள் கூறினார்கள்: 'மர்யமே! நிச்சயமாக நீர் ஒரு விபரீதமான பொருளைக் கொண்டுவந்திருக்கிறீர்!'
>
> 'ஹாரூனின் சகோதரியே! உம் தந்தை கெட்ட மனிதராக இருக்கவில்லை; உம் தாயாரும் நடத்தைப் பிசகியவராக இருக்கவில்லை' (என்று பழித்துக் கூறினார்கள்).
>
> அதற்கு மர்யம் (ஆனால், தனது உண்மைத்தன்மையை அறிய தம் குழந்தையிடமே கேட்கும்படி) அதன்பால் சுட்டிக் காட்டினார். அதற்கு அவர்கள், 'நாங்கள் தொட்டிலில் இருக்கும் குழந்தையுடன் எப்படிப் பேசுவோம்?' என்று கூறினார்கள். ஆனால் குழந்தை (நபி ஈஸா) பேச ஆரம்பித்தது.
>
> 'நிச்சயமாக நான் அல்லாஹ்வுடைய அடியானாக இருக்கின்றேன்; அவன் எனக்கு வேதத்தைக் கொடுத்திருக்கின்றான்; இன்னும், என்னை நபியாக ஆக்கியிருக்கின்றான்.
>
> 'இன்னும், நான் எங்கிருந்தாலும், அவன் என்னை நற்பாக்கியமுடையவனாக ஆக்கியிருக்கின்றான்; மேலும், நான் உயிருடன் இருக்கும் காலமெல்லாம் தொழுகையையும், ஜகாத்தையும் (நிறைவேற்ற) எனக்குக் கட்டளையிட்டு இருக்கின்றான்.
>
> 'என் தாயாருக்கு நன்றி செய்பவனாக (என்னை ஏவியிருக்கின்றான்;) நற்பேறு கெட்ட பெருமைக்காரனாக என்னை அவன் ஆக்கவில்லை.
>
> 'இன்னும், நான் பிறந்த நாளிலும், நான் இறக்கும் நாளிலும் (மறுமையில்) நான் உயிர் பெற்று எழும் நாளிலும் என்மீது சாந்தி நிலைத்திருக்கும்' என்று (அந்தக் குழந்தை) கூறியது.
>
> இ(த்தகைய)வர் தாம் மர்யமுடைய புதல்வர் ஈஸா (ஆவார்);

எதைக் குறித்து அவர்கள் சந்தேகம் கொண்டிருக்கிறார்களோ அதுபற்றிய உண்மையான சொல் (இதுவே ஆகும்) (குர்ஆன் 19: 27-34).

இந்த வசனங்களைச் செவிமடுத்த மன்னர் நஜ்ஜாஷியின் அவையிலிருந்த மதகுருமார்களின் கண்கள் வியப்பால் விரிந்தன, கண்ணீரைச் சொரிந்தன.

பிறகு நஜ்ஜாஷி, 'நான் இப்போது செவிமடுத்தவையும் ஏசுவிற்கு அருளப்பட்டவையும் ஒரே மூலத்திலிருந்து வந்துள்ளன' என்று குறிப்பிட்டார். பிறகு நபித்தோழர் ஜாபர் கூறியவை அனைத்தும் தமக்குத் திருப்தி அளிப்பதாக அவையில் அறிவித்தார். முஸ்லிம்கள் தாங்கள் விரும்பும் காலம்வரை தமது நாட்டில் வாழலாம் என்று அவர் பிரகடனம் செய்தார். மன்னரின் இந்த அறிவிப்பு அம்ரு இப்னு ஆஸுக்குக் கடும் கோபத்தை ஏற்படுத்தியது.

புதிய சதித்திட்டம்

இந்தச் சூழலில் புதியதொரு வியூகம் அம்ரு இப்னு ஆஸின் சிந்தனையில் உதித்தது. இந்தப் புதிய வியூகம் மன்னரின் முடிவைத் தனக்குச் சாதகமாக மாற்றிவிடும் என்று அம்ரு எண்ணினார்.

மறுநாள் மன்னரின் அவைக்கு வந்த அம்ரு, மன்னர் நஜ்ஜாஷியிடம் முஸ்லிம்கள் ஏசுவின் தெய்வீகத்தனத்தை மறுக்கிறார்கள் என்றும், ஏசுவைச் சாதாரண மனிதராகவே கருதுகிறார்கள் என்றும், எனவே அவர்களுக்கு அளிக்கப்பட்ட பாதுகாப்பை மன்னர் விலக்கிக் கொள்ள வேண்டும் என்றும் கேட்டுக்கொண்டார். இந்தச் சூழலில் மீண்டும் மன்னரின் அவைக்கு முஸ்லிம்கள் வரவழைக்கப்பட்டனர்.

மன்னரின் அவையில், 'ஏசு (இறைத்தூதர் ஈஸா) பற்றி உங்கள் மார்க்கம் சொல்வது என்ன?' என்று மன்னர் நஜ்ஜாஷி, முஸ்லிம்களிடம் வினவினார். நபித்தோழர் ஜாபர் தமது விளக்கத்தை அவைக்கு பின்வருமாறு அளித்தார்:

ஈஸா நபிகளாரைப் பற்றி இறுதித் தூதர் முஹம்மது நபிகளார் எங்களுக்குக் கற்றுத் தந்திருப்பதே எங்கள் நிலைப்பாடு. ஈஸா நபிகளார் இறைவனின் அடியாராகவும் இறைவனது திருத் தூதராகவும், இறைவனது ஆன்மாவாகவும் இறைவனது

உத்தரவால் கன்னியான மர்யத்திற்கு (மேரி) வழங்கப் பட்டவராகவும் விளங்குகிறார்.

இந்த விளக்கத்தைக் கேட்ட மன்னர் நஜ்ஜாஷி ஒரு குச்சியைத் தம் கையில் எடுத்துக்கொண்டு ஒரு கோட்டினைத் தரையில் கீறி விட்டு, முஸ்லிம்களைப் பார்த்து, 'நீங்கள் ஏசுவைப் பற்றி சொன்னதில் இந்தக் குச்சியால் வரையப்பட்ட கோட்டைவிட பெரிதாக எனக்கு மாறுபட்ட கருத்து இல்லை' என்று அறிவித்தார்.

அவையிலிருந்த மதகுருமார்களின் முணுமுணுப்புகளைக் கவனித்த மன்னர், 'நீங்கள் என்ன கருதினாலும் இதைத் தவிர உண்மை இல்லை' என்று அழுத்தமாகச் சொன்னார். பிறகு முஸ்லிம் களை நோக்கி, 'நீங்கள் எனது நாட்டில் பாதுகாப்பாக வாழலாம். உங்களுக்குத் தீங்கிழைப்பவர்கள் அதற்கான விளைவையும் எதிர்கொள்வார்கள். மலையளவு தங்கம் எனக்கு அளிக்கப்பட்டாலும் நான் உங்களுக்கு எந்தவொரு தீங்கும் விளைவிக்க மாட்டேன்' என்று மன்னர் நஜ்ஜாஷி உறுதியாகப் பிரகடனம் செய்தார்.

பிறகு அம்ரு இப்னு ஆஸ் அளித்த அன்பளிப்புகள் அனைத்தை யும் அவரிடமே திரும்ப அளிக்குமாறு உத்தரவிட்டார் மன்னர் நஜ்ஜாஷி.

மக்காவிலிருந்து ஹிஜ்ரத் செய்த ஜாபர் பின் அபீதாலிப் உட்பட சில நபித்தோழர்கள் 15 ஆண்டுகள் அபிசீனியாவில் வாழ்ந்தனர்.

அபிசீனியாவிற்கு புலப்பெயர்வு: சித்திரவதையிலிருந்து தப்பித்தலா?

இறைவனின் இறுதித்தூதர் நபிகளாரின் உத்தரவின் அடிப்படை யில் இறைவேதம் திருக்குர்ஆன் அருளப்பட்ட ஐந்தாம் ஆண்டில் மக்காவிலிருந்து முஸ்லிம்கள் அபிசீனியாவிற்குப் புலம் பெயர்ந்து சென்றது ஒரு வரலாற்று முக்கியத்துவம் வாய்ந்த நிகழ்வாகும்.

மக்காவில் நபிகளார் செய்துவந்த பரப்புரையை ஏற்று இஸ்லாத்தைத் தமது வாழ்வியல் நெறியாக ஏற்றுக்கொண்ட முஸ்லிம்கள் அங்கு வாழ்ந்து வந்த, அப்போது எண்ணிக்கையில் அதிகமாக இருந்த இறைநிராகரிப்பாளர்களால் பல்வேறு துன்பங் களுக்கும் சித்திரவதைகளுக்கும் இலக்கானார்கள். இந்தக் கொடுமை களிலிருந்து தமது தோழர்களைக் காப்பாற்றுவதற்குத்தான்

முஹம்மது நபிகளார் தமது தோழர்களை அபிசீனியாவிற்கு அனுப்பிவைத்தார் என்று பெரும்பாலும் கருதப்படுகின்றது. ஆனால் ஒரு முஸ்லிமல்லாத ஆட்சியாளரான நஜ்ஜாஷியின் ஆளுகையின் கீழ் இருந்த அபிசீனியாவிற்கு நபிகளார் தமது தோழர்களை அனுப்பி வைத்தது பல்வேறு தொலைநோக்கு பார்வைகளைத் தாங்கியுள்ள யுக்தியாகும்.

மக்காவில் அப்போது நிலவிய சூழல்களை நாம் ஆய்வு செய்தால் அபிசீனிய பயணத்தை மேற்கொள்ள எடுக்கப்பட்ட முடிவுகளின் பல்வேறு பரிணாமங்களை நாம் புரிந்துகொள்ள இயலும். மக்காவில் இறைநிராகரிப்பாளர்களால் பெரிதும் கொடுமைக்கு இலக்கான நபித்தோழர்கள் பிலால், கப்பாப் பின் அல்வரத் ஆகியோர் இந்தப் பயணத்தில் இடம்பெறவில்லை. ஆனால் இவர்களைப் போன்ற ஒடுக்கப்பட்ட சமூகத்தைச் சேர்ந்தவர் களுக்குப் பாதுகாப்பு அளித்த மக்காவின் 15 பிரபல குலங்களைச் சேர்ந்தவர்களே நபிகளாரால் அபிசீனியாவிற்கு அனுப்பி வைக்கப் பட்டார்கள்.

நபித்தோழர் அபூபக்கர் சித்தீக்கின் தடைபட்ட பயணம்

நபித்தோழர் உஸ்மான் இப்னு அப்பான், மக்காவின் அப்துஷ் ஷம்ஸ் கோத்திரத் தலைவரின் மகனான அபூஹுதைபா இப்னு உத்பா, அப்துர் ரஹ்மான் இப்னு அவ்ப், அண்ணலாரின் உறவினர் ஜாபர் பின் அபீதாலிப் என மக்காவின் பல்வேறு உயர் குலத்தைச் சேர்ந்தவர்கள் இடம்பெற்றார்கள். நபிகளாரின் நெருங்கிய தோழர் அபூபக்கர் சித்தீக் அவர்களும் இந்தப் பயணத்தில் புறப்பட்டார்.

ஆனால் மக்காவின் புறநகர் பகுதியில் அவரைச் சந்தித்த மாலிக் இப்னு துகுனா என்பவர் அபூபக்கர் போன்ற தகுதி வாய்ந்தவர்கள் மக்காவைவிட்டு வெளியேறுவது முறையல்ல என்று வலியுறுத்தியதன் காரணமாக நபித்தோழர் அபூபக்கர் மக்காவிற்குத் திரும்பினார். இஸ்லாத்தைத் தழுவியதற்காகக் கொடுமைக்கு இலக்கான ஏழு முஸ்லிம்களை விடுவித்தவர் அபூபக்கர். அடிமைத்தளையிலிருந்து விடுதலை பெற்ற நபித்தோழர் பிலால் அபிசீனியாவிற்குச் செல்லாத நிலையில் அபூபக்கர் அவர்கள் மட்டும் ஏன் செல்வதற்குத் துணிந்தார்கள்?

அரேபிய தீபகற்பம்
அபிசீனியாவிற்கு
நபித்தோழர்கள்
புலம்பெயர்ந்த வழித்தடம்
அல் ஊலா
கைபர்
யான்பு
அல் மதினா
ஹிஜாஸ்
ராபிக்
மக்கா
துரைபா
ஜெத்தா
அல் தாயிப்
செங்கடல்
அல் அஸீர்
அப்ஹா
நஜ்ரான்
ஜிஸான்
ஃபர்ஸான்
ஷப்வா
மஃரிப்
மெசிவா
தஃலக்
சனா
யெமன்
கமரன்
ஸபித்
ஹிம்யர்
அக்சும்
தய்யிஸ்
அல் முக்கா
அபிசீனியா
அசெப்
ஏடன் (அத்ன்)
ஏடன் வளைகுடா

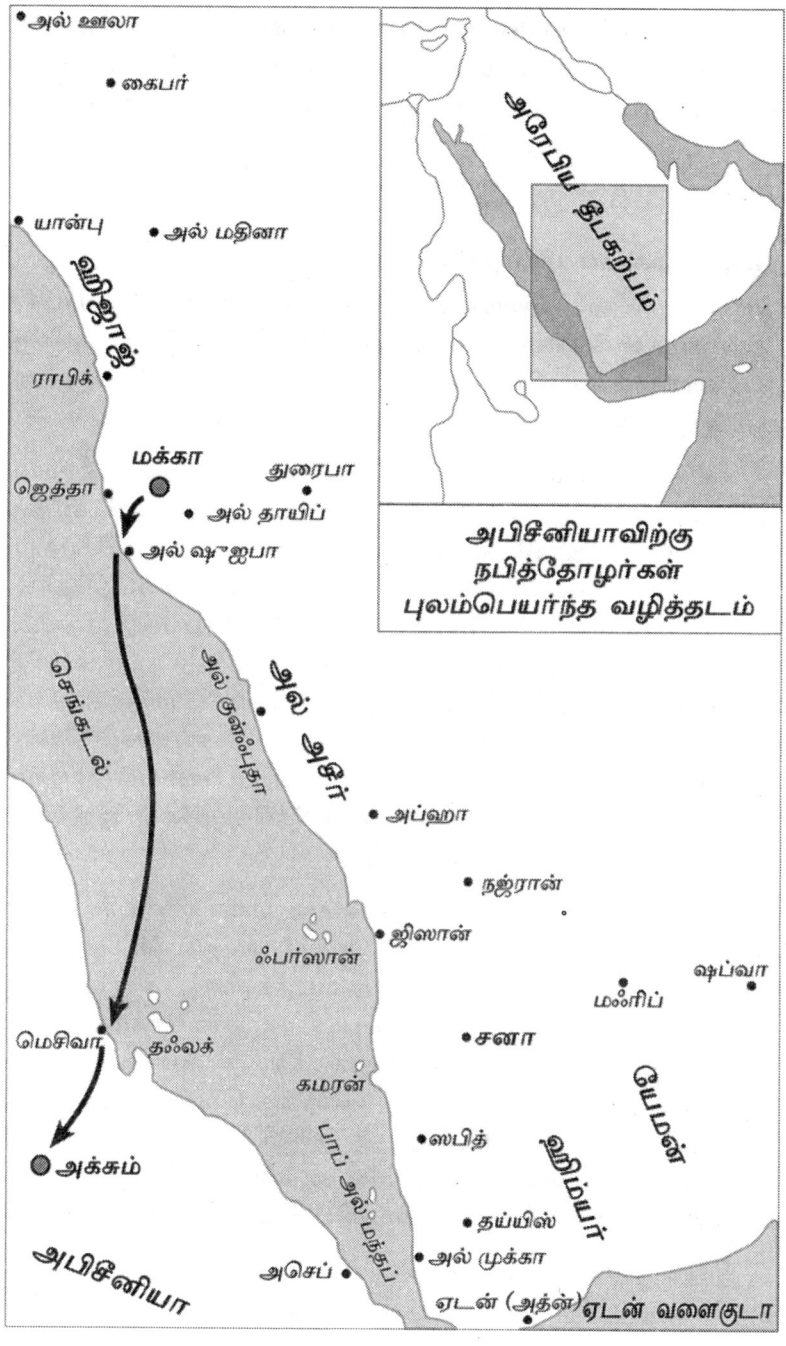

எனவேதான் அபிசீனியாவிற்கு முஸ்லிம்கள் மேற்கொண்ட பயணம் மக்காவில் நிலவிய கொடுங்கோன்மையிலிருந்து தப்பிக்க என்ற நோக்கத்தைத் தாண்டி, அரசியல் ரீதியிலான குறிக்கோள்கள் உள்ளிட்ட பல்வேறு தொலைநோக்குக் காரணங்களுக்காக மேற்கொள்ளப்பட்டது என்று கருத முடிகிறது.

நஜ்ஜாஷிக்காகப் பிரார்த்தனை

அபிசீனியாவில் நஜ்ஜாஷி மன்னரின் ஆட்சியின் கீழ் வாழ்ந்த முஸ்லிம்களின் நிலை எவ்வாறு இருந்தது என்பது குறித்து நபிகளாரின் மனைவியரில் ஒருவரான உம்மு சல்மா பின்வருமாறு குறிப்பிடுகின்றார்.

'உயர்ந்த குணம் நிறைந்த ஆட்சியாளர் அளித்த நல்ல தரமான இல்லங்களில் நாங்கள் வாழ்ந்து வந்தோம். சில காலம் கழித்து அவருக்கு (நஜ்ஜாஷிக்கு) எதிராக ஒருவர் கிளர்ச்சி செய்தார். அப்போது நாங்கள் மிகவும் மனவேதனை அடைந்தோம். கிளர்ச்சியாளரால் நஜ்ஜாஷியின் ஆட்சி வீழ்த்தப்பட்டுவிடுமோ என்று நாங்கள் அஞ்சினோம். நாங்கள் தொடர்ந்து நஜ்ஜாஷியின் ஆட்சி நீடிக்க வேண்டுமென்று இறைவனைப் பிரார்த்தித்தோம். கிளர்ச்சியாளருக்கு எதிராகப் படை திரட்டி நஜ்ஜாஷி சென்ற போது, 'போரில் என்ன நடக்கின்றது என்று பார்வையிடுவதற்கு நம்மில் யார் செல்வது?' என்று நபித்தோழர்கள் ஒருவரை யொருவர் கேட்டுக்கொண்டார்கள்.

எங்களில் வயதில் மிக இளையவரான ஜுபைர், 'நான் செல்கிறேன்' என்று முன்வந்து போர்க்களத்திற்குச் சென்றார். கிளர்ச்சியாளர்கள் படுதோல்வி அடைந்தார்கள். கிளர்ச்சிக்குத் தலைமை தாங்கியவரும் கொல்லப்பட்டார். ஜுபைர் தமது ஆடை களை அசைத்தவராக மிகவும் குதூகலத்துடன் அபிசீனியர்களின் நடன பாணியில், 'அல்லாஹ் நஜ்ஜாஷிக்கு வெற்றியை அளித்து விட்டான்' என்று மகிழ்ச்சியுடன் அறிவித்தவாறு எங்களிடம் திரும்பினார். அல்லாஹ்வின் மீது ஆணையாக நஜ்ஜாஷியின் வெற்றி எங்களைப் பெரும் மகிழ்ச்சியில் ஆழ்த்தியது' என்கிறார்.

இன்னொரு அழகிய நிகழ்வொன்றை இங்கே சுட்டிக்காட்டல் தகும். ஒருமுறை அபிசீனியாவிலிருந்து மன்னர் நஜ்ஜாஷியின்

பிரதிநிதிகள் நபிகளாரைச் சந்திக்க வந்தார்கள். அவர்களுக்குத் தமது கைகளாலேயே நபிகளார் விருந்து பரிமாறினார். நபித் தோழர்கள் நாங்கள் பரிமாறுகிறோமே என்றபோது, 'எனது தோழர்களைக் கண்ணியப்படுத்தியவர்களை நான் கண்ணியப் படுத்துகிறேன்' என்றார். தங்களுக்கு உதவியவர்கள், தங்களைக் கண்ணியப்படுத்தியவர்கள் என்ற அடிப்படையில், அவர்களைக் கருணையுடனும் கனிவுடனும் நடத்த வேண்டும் என்ற பண்பை இந்த நிகழ்வு நம்முள் விதைக்கின்றது.

வேறுபாடுகளை நீக்கி உடன்பாடுகளை முன்னிலைப்படுத்துதல்

பன்மைச் சமூகத்தில் வாழும் போது பிற சமூகத்தாருடனான பொதுவான உடன்படும் பண்புகளை முஸ்லிம்கள் முற்படுத்த வேண்டும் என்ற படிப்பினையையும் அபிசீனிய இடப்பெயர்ச்சி நிகழ்விலிருந்து நாம் பெறலாம். கிறிஸ்தவரான நஜ்ஜாஷியின் அவையில் திருக்குர்ஆனின் மர்யம் அத்தியாயத்தில் ஈஸா நபிகளார்—ஏசு, அவருடைய தாயார் மர்யம்—மேரி ஆகியோர் பற்றி முஸ்லிம்களும் கிறிஸ்தவர்களும் ஏற்றுக் கொண்டிருக்கின்ற பொதுவான உண்மைகளை நபித்தோழர் ஜாபர் எடுத்துரைத்தார். இது நஜ்ஜாஷியின் இதயத்தையும் அவையோரின் உள்ளங் களையும் உருக்கி அவர்கள் கண்களில் கண்ணீரை வரவழைத்தது. கிறிஸ்தவர்களில் சிலர் கொண்டுள்ள திரித்துவக் கொள்கை பற்றி திருக்குர்ஆன் குறிப்பிடுவதை ஜாபர் மேற்கோள் காட்டவில்லை என்பதையும், கிறிஸ்தவர்களின் சில நம்பிக்கைகளை அவர் மதிநுட்பத்துடன் அந்த அவையில் விமர்சிக்கவில்லை என்பதும் இங்கே கவனிக்கத்தக்கது.

பிற சமூகத்தாருடன் பொதுவாக ஏற்றுக்கொள்ளும் அம்சங் களுக்கு முன்னுரிமை அளிக்க வேண்டும்; வேறுபாடுகளுக்குப் பதிலாக உடன்பாடுடைய அம்சங்களுக்கே முக்கியத்துவம் அளித்து, அவர்களுடன் நல்லுறவைப் பலப்படுத்த வேண்டும் என்ற உயர் விழுமியத்தை நபித்தோழர் ஜாபர் அவர்களின் அணுகுமுறை நம் ஒவ்வொருவருக்கும் உணர்த்துகிறது.

4
தாயிஃப் நகரத் துன்பங்கள்

நபிகளார் தம் வாழ்வில் பட்ட சிரமங்களையும் இழப்புகளையும் வர்ணிக்க வார்த்தைகள் இல்லை. மக்களின் வாழ்க்கையை ஒழுங்குபடுத்தக்கூடிய தீர்க்கதரிசிகள் தங்கள் வாழ்வில் பட்ட சிரமங்களையும் இழப்புகளையும் தங்களுடைய வாயால் சொன்னது கிடையாது.

நபிகளாரின் வாழ்வில், குறிப்பிட்ட ஒரே ஆண்டில் அவருக்கு இல்லற வாழ்விலும் பொது வாழ்விலும் ஆன்மிக வாழ்விலும் உறுதுணையாய் இருந்த இருவரின் இழப்பு அவருக்குத் தாங்க முடியாத பெரும் துயரத்தை அளித்தது. நபிகளாரின் அன்பு மனைவி கதீஜாவும் பாதுகாப்பு வழங்கிவந்த பெரிய தந்தையார் அபூதாலிப்பும் மரணமடைந்தனர். இது நபிகளாருக்குப் பெரும் மனவேதனையை அளித்தது. இந்த இக்கட்டான சூழலில் மக்காவில் இறைநிராகரிப்பாளர்கள் முஸ்லிம்கள் மீது இன்னும் அதிக அளவில் வன்கொடுமைகளைக் கட்டவிழ்த்து விட்டனர்.

இத்தகைய தருணத்தில் நபிகளார் மக்காவிற்கு அருகில் உள்ள தாயிஃப் நகரத்திற்குச் சென்று அங்குள்ள மக்களிடையே இஸ்லாத்தை அறிமுகம் செய்ய முடிவு செய்தார்.

ஈரமில்லா நகர்—அன்றைய தாயிஃப்

தாயிஃப் நகரம் மக்காவின் அடுத்த நிலையில் இருந்த முக்கிய

நபிகளார் மக்காவிலிருந்து
தாயிஃபிற்கு சென்ற வழித்தடம்
வாதி ஃபாத்திமா
மக்கா
அல் கைஃப் பள்ளிவாசல்
முஸ்தலிஃபா
நமீரா பள்ளிவாசல்
அரஃபாத்
அஷ்ஷராயி
வாதி அல் யமனிய்யா
ஷத்தாத்
கம்ராஃ
அல் ஸைல் அல் கபீர்
ஹூத்தா
அய்ன் ஸஃபிதா
வாதி மஹ்ரம்
அல்-தாயிஃப்

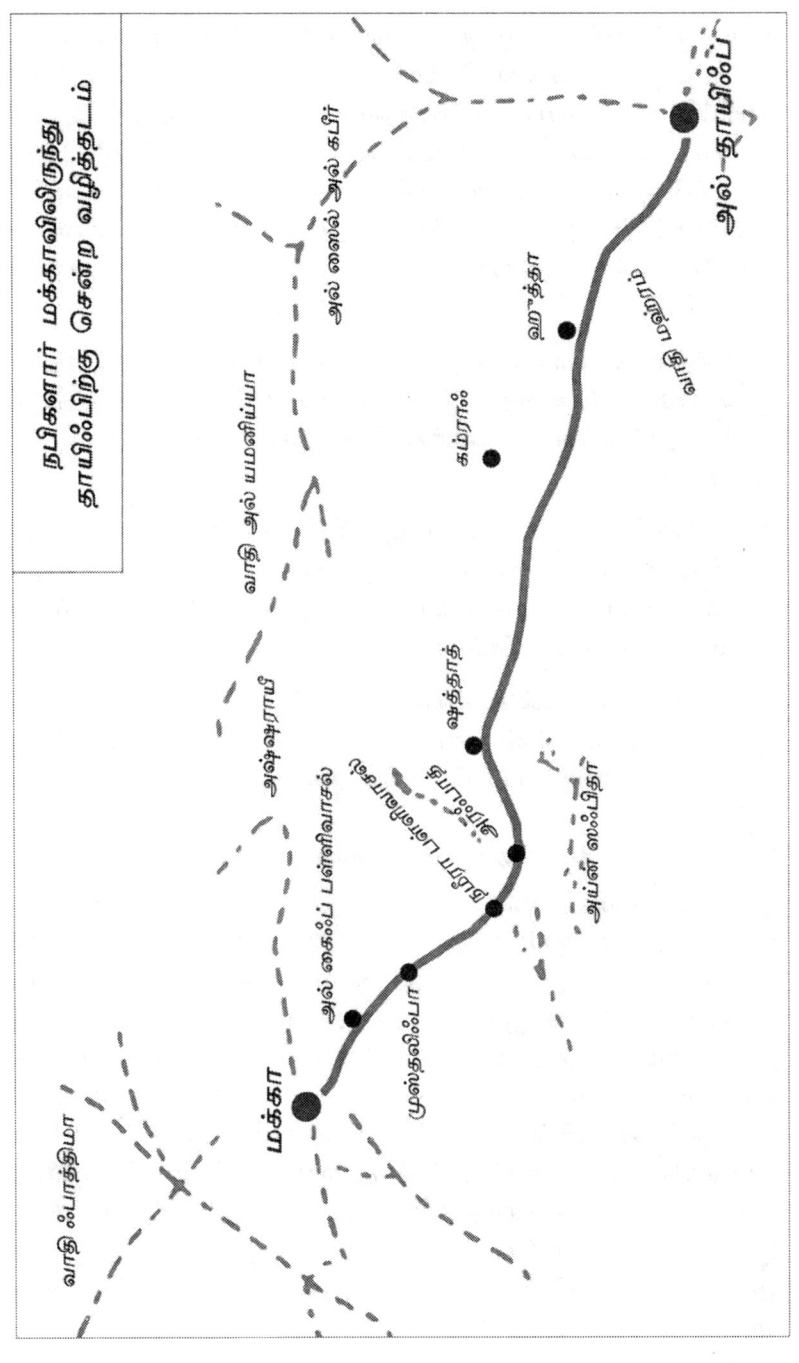

நகரமாகும். அங்கு வாழ்ந்த மக்கள் செல்வச் செழிப்புமிக்கவர்கள். அரேபிய தீபகற்பத்தின் செல்வாக்கு மிக்க நகரங்களில் ஒன்றாக தாயிஃப் விளங்கியது. மக்காவைப் போன்று இது ஓர் இணை வைப்பு வழிபாட்டு நகரமாகவும் அமைந்திருந்தது. இந்த நகரத்தில் இணைவைப்பாளர்கள் வணங்கும் லாத் என்ற கடவுளின் விக்கிரகம் அமையப் பெற்றிருந்தது. தோட்டங்கள் நிறைந்த தாயிஃப், மக்காவாசிகளின் கோடைக்காலத் தங்குமிடமாகவும் விளங்கியது.

இத்தகைய தாயிஃப் நகரத்திற்கு நபிகளார் இறைத்தூதர் ஆன பின்பு 10ஆவது ஆண்டில் தமது தோழர் ஜைதுடன் சென்று அங்குள்ள மக்களுக்கு இஸ்லாத்தை அறிமுகம் செய்ய முயன்றார்.

தாயிஃப் நகரின் மக்கள் இறுதித்தூதரின் பரப்புரையைச் செவிமடுக்க மறுத்ததுடன் அவருக்குப் பெரும் துன்பங்களை விளைவித்தார்கள். கேலி கிண்டல் மட்டுமின்றி சிறுவர்கள் மூலம் கல்லால் அடிக்கவும் செய்தார்கள்.

நபிகளாரின் உடல் கற்களால் துளைக்கப்பட்டு, மிகப் பெரும் அளவில் ரத்தக் காயங்கள் அடைந்தார். உடலில் ஓடிய உதிரம் வீதிகளை நனைத்தது. ஈரமில்லா மனிதர்களின் நிலம் உதிரத்தால் ஈரமானது.

திராட்சைத் தோட்டத்தில் ஒரு மனமாற்றம்

இந்த நிலையில் அவர்கள் இருவரும், தாயிஃபின் புறநகர்ப் பகுதியில் ஒரு திராட்சைத் தோட்டம் அருகே ஓய்வெடுத்துக் கொண்டார்கள். இதனை அந்தத் தோட்டத்தின் உரிமையாளரான மக்காவைச் சேர்ந்த இருவர் கவனித்துவிட்டார்கள். இவர்களது நிலையைப் பார்த்து இரக்கப்பட்டுத் தங்கள் அடிமை அத்தாஸ் என்பவர் மூலமாக சில திராட்சைப் பழங்களை அனுப்பி வைத்தார்கள். ‘பிஸ்மில்லாஹ்’ (இறைவனின் திருப்பெயரால்) என்று சொல்லி இறைத்தூதர் திராட்சைப் பழங்களைச் சாப்பிடத் தொடங்கியது அத்தாஸுக்கு வியப்பை அளித்தது. அவர் இறைத்தூதருடன் பேச ஆரம்பித்தார். இஸ்லாத்தைப் பற்றி அறிந்து அவர் இஸ்லாத்தைத் தமது வாழ்வியல் நெறியாக ஏற்றுக்கொண்டார்.

முத்யீம் இப்னு அதியீ தந்த பாதுகாப்பு

தாயிஃப் நகரத்திற்குப் பரப்புரைக்குச் சென்று கடும் எதிர்ப்பை எதிர்கொண்ட நபிகளார் மீண்டும் மக்காவிற்குத் திரும்பும் வழியில் அதன் புறநகர்ப் பகுதியான நக்லாவில் தங்கினார். மக்காவில் வாழும் குறைஷி குலத்தைச் சேர்ந்த இணைவைப்பாளர்கள் தாம் மீண்டும் மக்கா திரும்புவதைத் தடுப்பதுடன் தமக்குத் துன்பமும் விளைவிக்கக்கூடும் என்ற நிலையை நபிகளார் உணர்ந்தார்.

எனவே அப்போது அங்கு நிலவியிருந்த மரபுப்படி மக்காவைச் சேர்ந்த சீமான் ஒருவரின் பாதுகாப்பை நாட நபிகளார் முடிவு செய்தார். தமது உதவியாளர் ஜைதை இதற்காக அனுப்பி வைத்தார். அல் அக்னஸ் இப்னு ஷரீக், சுஹைல் இப்னு அம்ர் ஆகிய இரு மக்கத்துச் சீமான்களும் நபிகளாரின் கோரிக்கையை ஏற்க மறுத்துவிட்டார்கள். மூன்றாவதாக அல்முத்யீம் இப்னு அதியீ என்பவர் பாதுகாப்பு அளிக்க முன்வந்தார்.

முத்யீம் தனது மக்கள் மற்றும் குடும்பத்தினருடன் ஆயுதம் தரித்துக் கஅபா ஆலயத்திற்கு வந்தார். நபிகளாரையும் மக்கா விற்குள் வருமாறு செய்தி அனுப்ப அவர் பத்திரமாக மக்கா நகருக்குள் நுழைந்தார். நபிகளாருக்குத் துயரை ஏற்படுத்தி விடலாம் என்று எண்ணியிருந்த கொடுங்கோலன் அபுஜஹ்லின் திட்டம் பொய்த்தது. முத்யீமைப் பார்த்து ‘நீ முஹம்மதைப் பின்பற்றுபவரா அல்லது அவரது பாதுகாவலரா?’ என்று கேட்டான் அபுஜஹ்ல். அதற்கு முத்யீம் ‘தான் வெறுமனே பாதுகாவலர் மட்டுமே’ என்று பதிலளித்தார். அதாவது இஸ்லாத்தை ஏற்காத முத்யீமின் உதவியைப் பெற்று நபிகளார் அந்த நெருக்கடியான நிலையில் மக்காவிற்குள் பத்திரமாக நுழைந்தார்.

5

பதற்றம் நிறைந்த ஹிஜ்ரத் பயணமும் வழிகாட்டியும்

உலக வரலாற்றைச் சில முக்கியமான பயணங்களே தீர்மானித்திருக்கின்றன. அதுவும் தீர்க்கதரிசிகளின் பயணங்கள் பூமியைப் புத்துலகிற்காக செதுக்கிய பயணங்கள். நபிகள் நாயகத்தின் பயணங்கள் அனைத்தும் புதிய பாதைகளை வகுத்தவை. அவர் நடக்கும் முன்பு அவை கரடுமுரடாக இருந்தன. அவர் நடந்த பின் அவை மென்பாதைகளாகின.

அவ்வாறு உலக வரலாற்றில் திருப்புமுனையாகத் திகழ்ந்தது மக்காவிலிருந்து மதீனாவிற்கு இறைத்தூதர் முஹம்மது நபிகளார் மேற்கொண்ட 'ஹிஜ்ரத்' என்னும் புலம்பெயர்தல்.

மதீனாவிலிருந்து மக்காவிற்கு வந்திருந்த பயணிகளில் சிலர் நபிகளாரைச் சந்தித்து இஸ்லாத்தைத் தமது வாழ்வியல் நெறியாக ஏற்றுக்கொண்டார்கள். பிறகு மதீனா சென்ற அவர்கள் மீண்டும் அடுத்த ஆண்டு மக்கா வந்தார்கள். அவர்கள் மினாவிற்கு அருகே உள்ள 'அகபா' என்ற இடத்தில் நபிகளாருடன் உடன்பாடும் செய்துகொண்டார்கள். மதீனாவில் இஸ்லாத்தைத் தழுவிய மக்களுக்கு மார்க்க நெறிமுறைகளைக் கற்றுக் கொடுப்பதற்காகத் தமது இளம் தோழர்களில் ஒருவரான முஸ்அப் இப்னு உமைரை அவர்களுடன் மதீனாவிற்கு அனுப்பி வைத்தார் நபிகளார்.

அகபா உடன்படிக்கையைத் தொடர்ந்து மக்காவிலிருந்து ஏராளமான முஸ்லிம்கள் மதீனாவிற்குப் புலம்பெயர்ந்து சென்று விட்டார்கள். இறுதியில் நபிகாளாரின் தோழர் அபூபக்கர் சித்தீக்குடன் மதீனாவிற்குப் புலம்பெயரத் தீர்மானித்தார்.

இறைத்தூதரைக் கொல்ல திட்டம்

மக்காவைச் சேர்ந்த ஏராளமான முஸ்லிம்கள் மதீனாவிற்குச் சென்றது மக்காவில் வாழ்ந்த இறைநிராகரிப்பாளர்களுக்குக் கடும் கோபத்தை ஏற்படுத்தியது. மதீனாவைத் தளமாகக் கொண்டு தாங்கள் தாக்கப்படுவோம் என்று அவர்கள் அஞ்சினார்கள். எனவே நிராகரிப்பாளர்கள் ஒன்றுகூடி நபிகளாரைக் கொலை செய்வது என்று தீர்மானித்தார்கள். தனியொரு மனிதர் இந்தச் செயலில் ஈடுபட்டால் அது குல ரீதியான மோதலாக மாறிவிடும் என்பதால் குலத்திற்கு ஒருவர் என்று பத்துப் பேர் நபிகளாரின் வீட்டை முற்றுகையிட்டு அவரைக் கொல்வதற்கு முடிவு செய்தார்கள்.

கச்சிதமான பயணத் திட்டம்

இந்த இக்கட்டான சூழலில் மதீனாவிற்குச் செல்லும் பயணத்திற்கு நபிகளார் மிகக் கச்சிதமாகத் திட்டம் தீட்டினார்.

மக்காவாசிகளில் சிலர் தம்மிடம் பாதுகாப்பிற்காக அளித்த பொருள்களைத் திரும்ப உரியவர்களிடம் ஒப்படைக்கும் பணியை அலீயிடம் அளித்தார்.

அபூபக்கர் சித்தீக் தயார் செய்து வைத்திருந்த இரண்டு ஒட்டகங்களில் பயணம் மேற்கொள்ள முடிவு செய்யப்பட்டது.

மக்காவிலிருந்து மதீனா வட திசையில் அமைந்திருந்தது. ஆனால் முதலில் மக்காவிலிருந்து தென்மேற்கு திசையில் உள்ள 'ஸவ்ர்' குகையில் தங்குவதென முடிவு செய்யப்பட்டது. தங்களைத் தேடிவரும் மக்கா நிராகரிப்பாளர்களின் கவனத்தைத் திசை திருப்புவதற்காக இந்த ஏற்பாடு செய்யப்பட்டது.

அபூபக்கரின் மகளார் அஸ்மாவுக்கு உணவு கொண்டு வந்து தரும் பொறுப்பு அளிக்கப்பட்டது. அபூபக்கரின் மகன் அப்துல்லாஹ்விற்கு மக்காவில் நடைபெறும் நிகழ்வுகள் குறித்த உளவுத் தகவல்களை இரவுதோறும் அளிக்கும் பொறுப்பு அளிக்கப்பட்டது.

அபூபக்கர் சித்தீக்கால் விடுவிக்கப்பட்ட அடிமையான ஆமீர் பின் புகைராவிற்கு ஸவ்ர் குகைக்கு அருகில் கால்நடைகளை மேய்க்கும்

பணி கொடுக்கப்பட்டது. அப்துல்லாஹ் வந்து செல்லும் தடத்தை மறைப்பதற்காகவும் இறைத்தூதர், அபூபக்கர் ஆகியோருக்குக் கால்நடைகளிலிருந்து கறந்த பாலை அளிப்பதற்காகவும் இந்தப் பொறுப்பு இவருக்கு அளிக்கப்பட்டது.

அப்துல்லாஹ் பின் உரைக்கித் லைஸி

இறைத்தூதரின் இந்த வரலாற்றுச் சிறப்பு வாய்ந்த பயணம் தொடர்பான முக்கிய பொறுப்புகள் எல்லாம் இவர்களிடம் ஒப்படைக்கப்பட்ட நிலையில் முஸ்லிமல்லாத ஒருவருக்கு மிக முக்கியப் பொறுப்பு இந்தப் பயணத்தின் போது அளிக்கப்பட்டது. அவரது பெயர் அப்துல்லாஹ் பின் உரைக்கத் லைஸி. அவரிடம் நபித்தோழர் அபூபக்கர் தயாரித்து வைத்திருந்த இரண்டு ஒட்டகங்கள் அளிக்கப்பட்டு மூன்று நாள்கள் கழித்து ஸவ்ர் குகைக்கு வருமாறு பணிக்கப்பட்டது. மக்காவிலிருந்து மதீனாவிற்கு வழக்கமாகச் செல்லும் பாதையிலிருந்து மாறுதலான பாதையில் செல்லும் வழிகளை அறிந்திருந்த நிபுணராக விளங்கியவர் அப்துல்லாஹ் பின் உரைக்கித்.

நபிகளாரும் அபூபக்கர் சித்தீக்கும் மக்காவிலிருந்து புறப்பட்ட அன்றிரவு இறைநிராகரிப்பாளர்கள் இறைத்தூதரின் இல்லத்தை முற்றுகையிட்டு வீட்டிற்குள்ளே புகுந்தனர். இறைத்தூதர் படுக்கும் கட்டிலில் ஒருவர் போர்வை போர்த்திய வண்ணம் தூங்கிக்கொண்டிருந்ததைப் பார்த்த அவர்கள் மகிழ்ந்து நெருங்கினர். போர்வையை நீக்கிப் பார்த்தபோது அங்கே நபித்தோழர் அலீ படுத்திருக்கக் கண்டு நிராகரிப்பாளர்கள் அதிர்ந்தனர்.

விரக்தியின் உச்சியில் இருந்த நிராகரிப்பாளர்கள் நபிகளார் மற்றும் அபூபக்கரின் தலைகளைக் கொண்டுவருபவர்களுக்குத் தலா 100 செந்நிற ஒட்டகங்கள் பரிசளிக்கப்படும் என்று அறிவித்தார்கள். இருவரையும் தேடுவதற்குக் குழுக்களை அமைத்தார்கள். விரக்தியில் சுற்றிச் சுழன்றார்கள்.

ஆக நபிகளாரின் மதீனாவை நோக்கிய பயணம், பதற்றமும் ஆபத்தும் நிறைந்ததாக இருந்தது. இந்தச் சூழலிலும் மதீனா விற்குச் செல்லும் அந்தப் பயணத் தடத்தின் வழிகாட்டியாக அப்துல்லாஹ் பின் உரைக்கித் என்பாரை எதற்காக இறைத்தூதர்

நபிகளார்
மக்காவிலிருந்து
மதீனாவிற்கு புலம்
பெயர்ந்த போது
பயன்படுத்திய
வழித்தடம்
தாத் அல் ஜைஷ்
அதிக்
குபா
அல்மதினா
மல்லல்
துல்ஹு¨லைஃபா
பாதின் ரீம்
ரவ்ஹா
அல் ருவைஹா
முன்சரீஃப்
அல் அராஜ்
து சலாம்
பாதின் தி கிஷர்
ஜத்ஜித்
மஹஜ்
முலிஜத் ஹிஜ்ஜாஜ்
முலிஜித் லக்ஃப்
தானியத்
அல் முர்ரா
பத்ர்
ஹம்ரா அல் அஸத்
ராபிக்
அல் ரமல்
அல் ஜு¨ஹ்ஃபா
ராபிக்
அல் பஹ்ர்
உம்மு மஃபத்
கூடாரம்
குலியத்
முஷல்லல்
குதைத்
குலைஸ்
அம்ஜ்
செங்கடல்
கதித்
கதிர் அல்
தானியத்
அல் கஸல்
பாதின் முர்
சரஃப்
ஜெத்தா
அல் ஹு¨தைபியா
மக்கா
தவ்ர் குகை
நபிகளார்
சென்று வந்த
பாதை
வணிக கூட்டம்
சென்று வந்த
பாதை

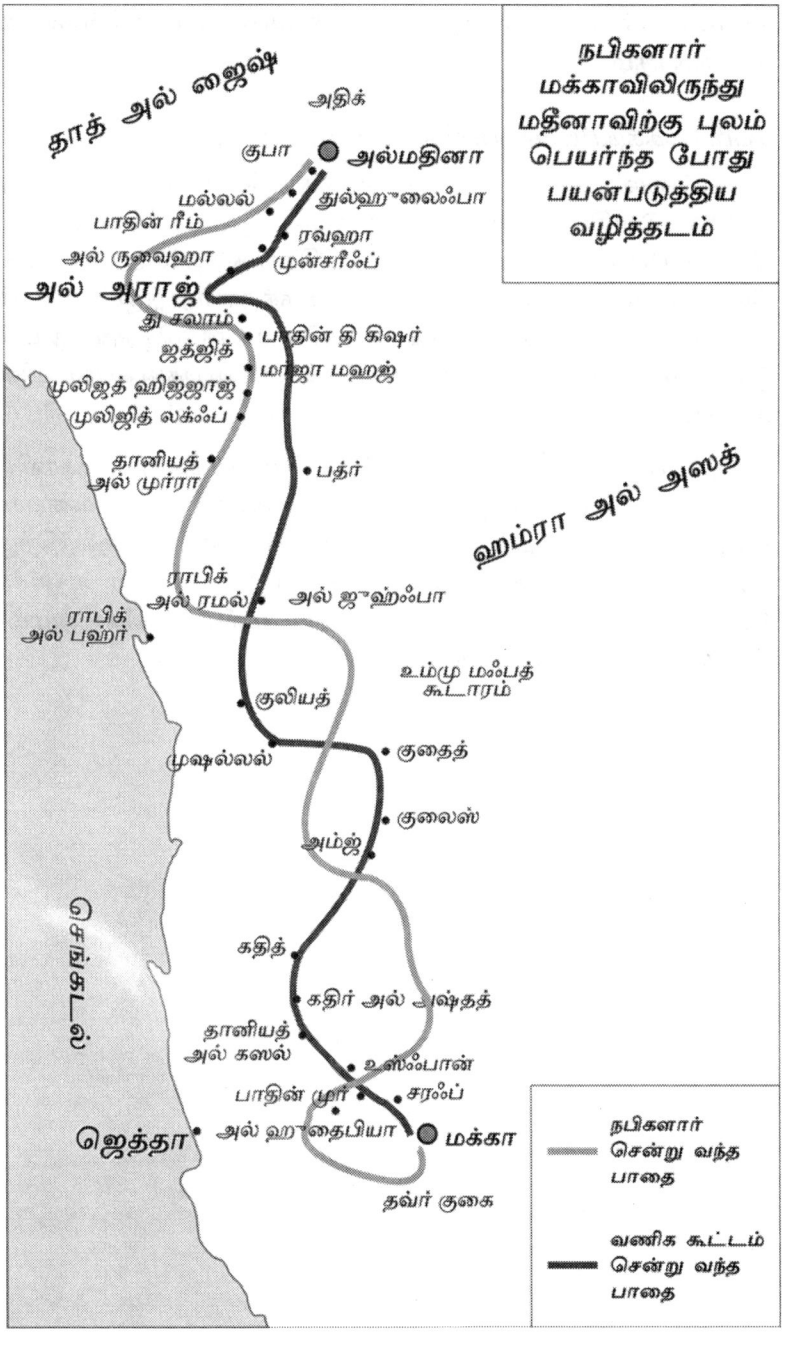

நியமித்தார் என்பது ஆழமாகச் சிந்திக்கப்பட வேண்டிய பொருளாகும்.

நம்பிக்கைக்குரியவர் நம்பிக்கையாளராகலாம்

அப்துல்லாஹ் பின் உரைக்கித், எதிரிகளின் தடங்களை அறிந்து வழிகாட்டுவதில் திறமையானவராகவும் அனுபவமிக்கவராகவும் நேர்மைமிக்கவராகவும் இருந்தார். இறைத்தூதர், அவருடைய தோழர் அபூபக்கர் ஆகிய இருவர் தலைக்குத் தலா நூறு ஒட்டகங்கள் என நிர்ணயிக்கப்பட்டாலும் எவ்வித சலனத்திற்கும் இடம் இல்லாமல் தமது கடமையை ஆற்றினார் அப்துல்லாஹ் பின் உரைக்கத் லைஸி.

இப்படி அபிசீனிய மன்னர் நஜ்ஜாஷி மட்டுமின்றி, மக்காவில் வாழ்ந்த முஸ்லிமல்லாதாரும் முஸ்லிம்களுக்கு உறுதுணையாக இருந்தனர். இதற்கு இஸ்லாத்தின் கோட்பாடுகள் மனிதகுலத்திற்கு நன்மை அளிக்கக்கூடியவை என்பதை அவர்கள் உணர்ந்திருந்ததும், இஸ்லாத்தைப் பின்பற்றிய முஸ்லிம்களின் ஒழுக்க மேம்பாடும் காரணங்களாகும்.

6

உரிமைகளை உறுதிப்படுத்தும் ஒப்பிலாத சாசனம்

இதுவரை முஸ்லிம்கள் மக்காவில் சிறுபான்மையினராக வாழ்ந்த காலகட்டத்தில் முஸ்லிமல்லாதாருடன் வைத்திருந்த உறவு முறைகள் குறித்து விவரித்தோம். நபிகளார் இறைத்தூதராக மேன்மை பெற்ற பிறகு மதீனாவிற்குப் புலம்பெயர்ந்து செல்வதற்கு முன்பு வரை மக்காவில் 13 ஆண்டுகள் அழைப்புப்பணி செய்து வந்தார். அந்த முதல் 13 ஆண்டுகளில் தங்களுக்கு உதவ முன்வந்த முஸ்லிமல்லாதாருடன் நட்புறவைப் பேணியதற்குக் காரணம் முஸ்லிம்கள் அப்போது எண்ணிக்கையில் குறைவாகவும் பலவீனமான நிலையிலும் இருந்ததுதான் எனச் சிலர் எண்ணலாம்.

ஆனால் இந்த எண்ணம் தவறானது என்பதை மதீனாவில் எண்ணிக்கையில் அதிகமாகவும், ஆட்சி அதிகாரத்துடனும் வாழ்ந்த காலகட்டத்தில் நபிகளார் முஸ்லிம் அல்லாதாருடன் பேணிய உறவுமுறைகளிலிருந்து நாம் புரிந்துகொள்ளலாம்.

மதீனா பிரகடனம்

நபிகளார் தலைமையில் மதீனாவில் ஓர் ஆட்சி நிறுவப்பட்ட காலகட்டத்தில் அரபுத் தீபகற்பத்தில் கிறிஸ்தவர்கள், யூதர்கள், ஜோராஸ்டிரியர்கள், சிலைவணங்குவோர், எந்த மதத்தையும் சாராதோர் எனப் பலதரப்பட்ட சமயத்தவர்களும் வாழ்ந்து வந்தார்கள். இஸ்லாமிய ஆட்சியை நிறுவிய பிறகு மதீனாவில் நபிகளார் வடிவமைத்து, பிரகனடப்படுத்திய அரசியல் சாசன மானது, ஓர் இஸ்லாமிய அரசின் கீழ் அதன் குடிமக்களான

முஸ்லிம்-முஸ்லிமல்லாதவர்களின் உரிமைகளையும் கடமை களையும் எடுத்துரைக்கிறது. முத்தாய்ப்பாகப் பிற சமயத்தவர் களுடன் முஸ்லிம்கள் மேற்கொள்ள வேண்டிய உறவுமுறை களுக்குச் சிறந்த ஆவணமாக விளங்குகின்றது என்பது அடிக்கோடிட வேண்டியது.

மதீனா பிரகடனம் என்றழைக்கப்படும் இந்த சாசனம் 47 பிரிவுகளைக் கொண்டதாக இருந்தது. ஒரு மக்கள் சமூகம், சமத்துவம், சுதந்திரம், நீதி மற்றும் சட்டத்தின் ஆட்சியின் அடிப்படையில் தனிநபர் சுதந்திரத்தைப் பாதிக்காத வகையில் எவ்வாறு வாழலாம் என்பதற்கு இந்தப் பிரகடனம் ஓர் எடுத்துக்காட்டு.

ஸஹீபத்துல் மதீனா என்றழைக்கப்படும் இந்தப் பிரகடனம் இஸ்லாமிய அரசின் நீதிமிக்க ஆட்சிக்கு ஓர் எடுத்துக்காட்டாகவும் அமைந்துள்ளது. அனைத்து மக்களுக்கும் மதச் சுதந்திரத்தை (நம்பிக்கை கொள்ளும் சுதந்திரத்தை) இந்தப் பிரகடனம் வழங்கியது. மதீனாவில் வாழ்ந்த யூதர்களுக்கு அவர்களது மதச் சட்டங்களின் அடிப்படையில் அவர்களது விவகாரங்களில் தீர்ப்பளிக்க இந்தப் பிரகடனம் உரிமை அளித்தது.

மதீனாவில் வாழ்ந்து நபிகளாரின் தலைமையிலான ஆட்சியை ஏற்றுக்கொண்ட மக்கள் அனைவரையும் 'குடிமக்கள்' என்று இந்தப் பிரகடனம் அறிவித்தது. தீங்குகளிலிருந்து முஸ்லிம்கள் பாதுகாக்கப்படுவது போல் முஸ்லிம் அல்லாதவர்களும் பாதுகாக்கப்பட இந்தப் பிரகடனம் வழிவகுத்தது. எடுத்துக் காட்டாக, 'நபிகளார் தலைமையிலான ஆட்சியை ஏற்றுக்கொண்ட யூதர்களுக்குத் தேவைப்படும் உதவியும் நீதியும் அளிக்கப்படும். அவர்கள் தீங்கிழைக்கப்படவும் மாட்டார்கள். அவர்களது எதிரிகளுக்கும் உதவி அளிக்கப்படமாட்டாது' என இந்தப் பிரகடனத்தில் வரையறுக்கப்பட்டது.

பிற சமய மக்களைத் துன்புறுத்துவது குறித்து முஹம்மது நபிகளார் மிக வன்மையாக எச்சரித்தார். முஸ்லிம் சமூகத்தினருக்கு இடையே வாழும் பிற சமயத்தவர்களின் உயிர்களுக்கு நபிகளார் உத்தரவாதம் அளித்தார்.

'முஸ்லிம் சமூகத்துடன் உடன்பாடு செய்து வாழும் (முஸ்லிம் அல்லாத) ஒருவனைக் கொலை செய்பவன் சுவனத்தின்

வாடையைக்கூட நுகரமாட்டான். அதன் மணம் நாற்பதாண்டு தொலைதூரம் வீசும்' (புகாரி) என்று நபிமொழி எச்சரிக்கிறது.

மற்றொரு நபிமொழியில், 'எச்சரிக்கை! எவரொருவர் முஸ்லிமல்லாத சிறுபான்மையினர் மீது கொடூரமாகவும் கடினமாகவும் நடந்துகொள்கிறாரோ அல்லது அவர்களின் உரிமைகளை முடக்குகின்றாரோ அல்லது பலவந்தமாக அவர் களின் பொருள்களைப் பறித்துக்கொள்கிறாரோ அத்தகைய மனிதர் மீது நியாயத் தீர்ப்பு நாளில் நான் எதிராகப் புகார் அளிப்பேன்' (அபூதாவூத்).

யூதர்களுக்கு மதச் சுதந்திரம்

நபிகளார் வெளியிட்ட இந்தப் பிரகடனத்தில் இஸ்லாமிய அரசில் பெரும்பான்மையாக வாழ்ந்த முஸ்லிம்களுக்குத் தமது மார்க்கத்தைப் பின்பற்ற உரிமை வழங்கப்பட்டது போல் யூதர்களுக்கு அவர்களது மதத்தைப் பின்பற்ற உரிமை அளிக்கப் பட்டது. இதேபோல் நபிகளார் தலைமை தாங்கிய அரசின் குடிமக்களாக இருந்த போதினும் யூதர்கள் தமது மதத்தைப் பின்பற்றுவதில் அரசு தலையிடாது என்பது இந்தப் பிரகடனத்தில் தெளிவுபடுத்தப்பட்டது. நபிகளார் வெளியிட்ட இந்தப் பிரகடனத்தின் பலனாக மதீனாவில் வாழ்ந்த யூதர்கள் முழு மதச் சுதந்திரத்தை அனுபவித்தார்கள். அவர்கள் எவ்விதத் தீங்கு களுக்கும் ஆளாகவில்லை.

நபிகளார் காலத்தில் மதீனாவில் வாழ்ந்த யூதர்கள் 'பைத்துல் மித்ராஸ்' என்ற மத ரீதியான கல்வி நிறுவனத்தை நடத்தி வந்தார்கள். அங்கு அவர்கள் தவ்ராத் வேதத்தை ஓதி வந்ததுடன் வணக்க வழிபாடுகளிலும் ஈடுபட்டார்கள். மதக் கல்வியையும் போதித்து வந்தார்கள். இதேபோல் கிறிஸ்தவர்கள் தமது மத நம்பிக்கைகளைச் செயல்படுத்துவதிலும் நபிகளார் சுதந்திரம் அளித்தார்.

மதீனா சாசனம்-மதச்சார்பற்ற ஜனநாயக ஆட்சிமுறைக்கு மிகச் சிறந்த வழிகாட்டி

முஹம்மது நபிகளார் மதீனாவில் இஸ்லாமிய ஆட்சியை நிறுவி,

அந்த ஆட்சியின் கீழ் வாழ்ந்த முஸ்லிம்கள், யூதர்கள் உள்ளிட்டோருக்கான உரிமைகளையும் கடமைகளையும் விவரித்து வெளியிட்ட ஸஹீபத்துல் மதீனா என்னும் மதீனா அரசியலமைப்புச் சட்டம், இன்றைய பல மதச்சார்பற்ற ஜனநாயக நாடுகளின் அரசியலமைப்புச் சட்டங்களுக்கு முன்னோடியாக விளங்குகின்றது என்று பல வரலாற்று ஆய்வாளர்கள் குறிப்பிடுகிறார்கள்.

ஜான் ஆன்ட்ரூ மோரோ என்ற ஆய்வாளர் இது குறித்துப் பின்வருமாறு குறிப்பிடுகிறார்:

> குடும்பம், கோத்திரம் மற்றும் மதத்திற்கு அப்பாற்பட்டு மதீனா அரசியலமைப்புச் சட்டம் அனைவரையும் இஸ்லாமிய அரசின் குடிமக்கள் என்று அங்கீகரித்தது. இதன் மூலம் இறைத்தூதர் முஹம்மது சகிப்புத்தன்மைமிக்க, பன்முகத் தன்மையுடைய அரசை நிறுவினார். இந்த அரசு மதச் சுதந்திரத்திற்குப் பாதுகாப்பு அளித்தது' (ஜான் ஆன்ட்ரூ மோரோ, த கவனன்ட்ஸ் ஆஃப் ப்ரொஃபெட் முஹம்மத் வித் த கிருஸ்டியன்ஸ் ஆஃப் த வேல்ட் ப. 32).

மதீனா அரசியலமைப்புச் சட்டத்தின் ஒரு விதியில் 'பனூ அவ்ப் என்னும் யூதக் கோத்திரத்தினரும் முஸ்லிம்களும் ஒரே நாட்டின் குடிமக்களே' என்று குறிப்பிடப்பட்டிருந்தது பிரான்சிஸ் ஈ பீட்டர்ஸ் என்ற ஆய்வாளரை வியக்க வைத்திருக்கிறது.

> மதீனாவில் முஹம்மது நபிகளார் உருவாக்கிய புதிய ஆட்சியில் யூதர்கள் தங்கள் மதத்தைப் பின்பற்ற உரிமை அளிக்கப் பட்டுள்ளதைப் பார்க்கும் போது முஹம்மது உருவாக்கிய மதீனா சமுதாயம் ஒரு தூய்மையான மதச்சார்பற்ற சமூகமாக இருந்ததை அறிய முடிகின்றது' என்று எழுதுகிறார் பீட்டர்ஸ் (பார்க்க: பிரான்சிஸ் ஈ பீட்டர்ஸ், முஹம்மத் அண்ட் ஒரிஜின்ஸ் ஆஃப் இஸ்லாம், ப. 201).

இன்றைய நவீன ஜனநாயக மதச்சார்பற்ற ஆட்சிமுறைக்கு முன்னோடிகள் என்று, கி.மு. 5ஆம் நூற்றாண்டில் இருந்த கிரேக்க 'ஜனநாயக' ஆட்சிமுறையையும் ரோமானிய குடியரசின் (கி.மு. 509 முதல் கி.மு. 27 வரை) ஆட்சிமுறையையும் குறிப்பிட்டுப் பேசுகிறார்கள். ஆனால் இந்த ஆட்சிமுறைகளைவிடச் சிறப்பான முன்மாதிரி நபிகளார் வெளியிட்ட மதீனா அரசியலமைப்புச்

சட்டமே என்று பறைசாற்றுகிறார் நாம் முன்பு மேற்கோள் காட்டிய ஜான் ஆன்ட்ரூ மோரோ. அவர் எழுதுகிறார்:

> கிரேக்க அல்லது ஏதேனிய ஜனநாயகத்தில் ஏதேன்ஸ் அல்லது ஸ்பார்ட்டாவில் பிறந்து வாழும் சுதந்திரமான ஆண்கள் மட்டுமே குடிமக்களாகக் கருதப்பட்டார்கள். ஆனால் மக்கள் தொகையில் பாதிக்கும் மேற்பட்ட எண்ணிக்கையில் இருந்த பெண்கள், குழந்தைகள், அடிமைகள், வெளிநாட்டவர், விவசாயிகளில் பெரும்பாலானவர்கள் குடிமக்களாக அங்கீகரிக்கப் படவில்லை. வேறு வார்த்தைகளில் சொல்ல வேண்டுமெனில் மக்கள் தொகையில் பாதிக்கும் மேற்பட்டோர் மனிதர்கள் என்று கருதப்படாமல் மனிதப் பொருள்களாகக் கருதப் பட்டார்கள்.

'ஜனநாயகம்' அல்லது 'மக்களாட்சி' என்று அழைக்கப்பட்டது உண்மையிலேயே அடிமைத்தனத்தை ஆதரித்த ஜனநாயகமாக அல்லது ஆண்டான்-அடிமை பாகுபாட்டை அங்கீகரித்த ஜனநாயகமாகவே அமைந்தது. இஸ்லாம் ஒரே தருணத்தில் அடிமை முறையை ஒழிக்கவில்லை என்பது உண்மையாக இருந்த போதினும் அடிமைமுறையை ஒழிக்கவல்ல கட்டமைப்பை அது நிறுவியது. இஸ்லாத்தில் அடிமை முறை என்பது நிரந்தரமானதாக அங்கீகரிக்கப்படவில்லை. வேலை செய்து அல்லது மதம்மாறி அடிமைத்தளையிலிருந்து விடுவித்துக்கொள்ள இஸ்லாம் வழிவகுத்தது. அடிமை களுக்குப் பிறந்த குழந்தைகள் அடிமைகள் அல்ல என்ற நெறிமுறையை உருவாக்கியது இஸ்லாம். அடிமைகளை மனிதநேயத்துடன் நடத்த வேண்டும் என்று விதிமுறை விதித்து அடிமைகளை விடுவிப்பது ஒரு புனித செயல் என்று பறைசாற்றியது இஸ்லாம். சில பாவங்களிலிருந்து மீள்வதற்கு அடிமைகளை விடுதலை செய்வது பிராயச்சித்தம் என்று சலுகை அறிவித்தது இஸ்லாம்.

'ரோமானிய குடியரசும் மக்களாட்சி பற்றிப் பேசியது. ஆனால் இதில் நிஜத்தைவிடக் கற்பனைதான் மிகைத்திருந்தது. மக்கள் பெயரால் ஆட்சி செய்தவர்கள் மன்னர்களைப் போல் நடந்து கொண்டார்கள். அவர்கள் தலைமையில் இயங்கிய மக்கள் பேரவைகளில் இராணுவப் படைகளின் பிரதிநிதிகள் இடம்

பெற்றார்கள். உயர் வர்க்கத்தினரைப் பிரதிநிதித்துவப்படுத்தும் வகையில்தான் அது அமைக்கப்பட்டிருந்தது. சாமானிய மக்கள் வெறும் எண்ணிக்கைக்காக மட்டுமே பயன்படுத்தப் பட்டார்கள் (தற்காலத்திய சில ஜனநாயக அமைப்பிலும் சாமானிய மக்களின் அரசியல் பங்களிப்பு இதே நிலையில் தான் இருக்கின்றது). பிலிப்பியன்ஸ் என்று அழைக்கப்படும் ரோமானியக் குடியரசில் வாழ்ந்த பெரும்பாலான மக்களால் ஆட்சி அதிகாரத்திற்கு வரவும் இயலாது, ஆட்சியாளர்களைத் தேர்ந்தெடுக்கவும் இயலாது, நிலங்களைப் பயன்படுத்தவும் இயலாது. இந்த உரிமைகளெல்லாம் பிரபுகளுக்கு மட்டுமே உரியது என்ற நிலைதான் அங்கிருந்தது. இந்த நில உடைமை யாளர்கள்தான் மக்களின் பிரதிநிதிகள் யார் என்பதை நிர்ணயித்தார்கள்

என்று தெளிவாக எடுத்துரைக்கிறார். ஜனநாயகத்தின் ஊற்றுக்கண் என்று நவீன அரசியல் அறிவியலாளர்களால் சிறப்பிக்கப்படும் பண்டைக்கால கிரேக்க, ரோமானிய மக்களாட்சி முறையின் அவலங்களை இவ்வாறு அம்பலப்படுத்தும் ஜான் ஆண்ட்ரூ மோரோ, நபிகளார் நடைமுறைப்படுத்திய மதீனா அரசியல் அமைப்புச் சட்டம், பண்டைய கிரேக்க ரோமானிய ஜனநாயக அரசியல் முறைமைகளைவிடப் பன்மடங்கு மேன்மையானதாக இருந்தது என்று பின்வருமாறு வர்ணிக்கிறார்:

மதீனா அரசியலமைப்புச் சட்டத்தில் அதன் குடிமக்களாக வாழ்ந்த அனைவரும் சட்டத்தின்முன் சமம் என்ற நிலை ஏற்படுத்தப்பட்டது. உயர் கோத்திரத்தினருக்கான முன்னுரிமைகள் அனைத்தும் ஒழிக்கப்பட்டன. பணக்காரர்களும் ஏழைகளும், பிரபுக்களும் சாமானியர்களும், அரபுகளும் அரபு அல்லாதவர் களும், கறுப்பர்களும் வெள்ளையர்களும், ஆண்களும் பெண்களும், குழந்தைகளும் பெரியவர்களும் என அனை வருக்கும் சமமான உரிமைகள் வழங்கப்பட்டன. இறைத் தூதரும் சட்டத்திற்கு அப்பாற்பட்டவர் என்ற நிலை அங்கிருக்க வில்லை. அதனால்தான் நபிகளார் 'எனது மகள் பாத்திமா திருடி இருந்தாலும், நான் தண்டனை அளித்திருப்பேன்' என்று பிரகடனப்படுத்தினார். மதீனாவின் அரசியலமைப்புச் சட்டம் உண்மையிலேயே ஒரு முற்போக்கான ஆவணமாக இருந்தது.

இருப்பினும் இதைப் புறக்கணித்துவிட்டு இதனைவிட மிகத் தாழ்ந்த நிலையில் இருக்கும் கிரேக்க ஜனநாயகம், ரோமானிய குடியரசு ஆகியவற்றுக்கு ஏன் முக்கியத்துவம் அளிக்கின்றார்கள் என்று வினவ வேண்டியுள்ளது' (ஜான் ஆன்ட்ரூ மோரோ, த கவனன்ட்ஸ் ஆஃப் ப்ரொஃபெட் முஹம்மத் வித் த கிருஸ்டியன்ஸ் ஆஃப் த வேல்ட் பக். *32-33*).

நபிகளார் தலைமையில் மதீனாவைத் தலைமையகமாகக் கொண்ட இஸ்லாமிய அரசு அங்கு வாழ்ந்த பல்வேறு மதத்தினருக்கு அளித்த உரிமைகள் தற்கால மதச்சார்பற்ற ஜனநாயக ஆட்சிமுறைக்கு மிகச்சிறந்த வழிகாட்டியாக விளங்குகின்றது என்பதில் ஐயமில்லை. எண்ணிக்கையும் சர்வ பலமும் அதிகாரமும் ஒருசேரப் பெற்றாலும் முஸ்லிமல்லாதாருக்கு வழிபாட்டு உரிமை உட்பட மனித உரிமைகள் அனைத்தையும் அளிப்பதே இஸ்லாமிய நெறிமுறை என்பதை நபிகளார் உருவாக்கிய மதீனா சாசனம் உரக்க எடுத்துக்காட்டுகின்றது. குடிமக்களை வழி நடத்துவதில் முன்மாதிரி சாசனமாகவும் முன்நிற்கிறது.

7

உலகிற்கே வழிகாட்டும் ஹுதைபியா உடன்படிக்கை

முஹம்மத் நபிகளார் மதீனாவில் வாழ்ந்த பலதரப்பட்ட மக்களுடன் உடன்படிக்கை செய்ததையும் யூதர்களுடன் உடன்படிக்கை செய்துகொண்டதையும் ஏற்கெனவே நாம் பார்த்துள்ளோம்.

தாம் பிறந்த தாய்மண்ணைவிட்டு நபிகளார் வெளியேறுவதற்குக் காரணமாக இருந்தவர்கள் மக்காவின் சிலைவணங்கிகள். மதீனாவிற்கு வந்த பிறகும் அங்கும் முஸ்லிம்கள் அமைதியாக வாழ்வதைச் சீர்குலைத்தவர்களும் மக்காவில் வாழ்ந்த சிலை வழிபாட்டாளர்கள்தாம். இத்தகைய வன்ம எதிரிகளுடன் நபிகளார் உடன்படிக்கை ஒன்றைச் செய்துகொண்டார். இந்த உடன்படிக்கை முஸ்லிம்களுக்கும் முஸ்லிமல்லாதாருக்கும் இடையிலான உடன்பாடுகளுக்கு ஒரு வழிகாட்டலாக அமைந்தது. இந்த ஒப்பந்தம் ஹுதைபியா உடன்படிக்கை என்று அழைக்கப் படுகின்றது.

நபிகளாரின் அரசியல் மதிநுட்பத்திற்கு எடுத்துக்காட்டாக திகழும் ஓர் உன்னத நிகழ்வே ஹுதைபியா உடன்படிக்கை. எதிர்த்தரப்பு ஆத்திரமூட்டும் மனோபாவத்தில் செயல்பட்டாலும் பொறுமையாகவும் மதிநுட்பத்துடனும் நபிகளார் அந்தச் சூழலைக் கையாண்டு ஹுதைபியா உடன்படிக்கைக் கையொப்பமிட்டது வரலாற்றில் ஒரு தன்னிகரில்லா இடத்தைப் பிடித்துள்ளது.

ஹுதைபியா உடன்பாட்டின் பின்னணி

ஆத்திரமூட்டும் நிலையிலும் இரத்தம் சிந்துவதைத் தவிர்த்து

மக்காவைச் சேர்ந்த இறைநிராகரிப்பாளர்களுடன் நபிகளார் செய்து கொண்ட ஹுதைபியா உடன்பாட்டின் பின்னணியைப் பார்ப்போம்.

நபிகளார் தம் தோழர்களுடன் மக்காவிற்குப் புனிதப் பயணம் மேற்கொள்ள முடிவு செய்தார். மக்காவில் அதிகாரத்துடன் இருந்த இறைநிராகரிப்பாளர்களுக்கும் முஸ்லிம்களுக்குமிடையே கடும் பகைமை தொடர்ந்து நிலவிவந்தது. மக்காவிலிருந்து வெளியேறி ஆறு ஆண்டுகள் கழிந்த நிலையில் ஆயுதம் தரிக்காத நிலையில் இஸ்லாமிய நாட்காட்டியின் 11ஆவது மாதத்தில் நபிகளார் சுமார் 1400 தோழர்களுடன் மக்காவிற்குத் தமது புனிதப் பயணத்தை மேற்கொண்டார்கள். போர் தடைசெய்யப்பட்ட நான்கு மாதங்களில் ஒன்றாக துல்காயிதா மாதத்தை அரபுகள் கருதினர். மேலும் மக்காவிற்குப் புனிதப் பயணம் வரும் யாரையும் தடுத்து நிறுத்தக்கூடாது என்பதும் அரபுகளின் பாரம்பரிய நெறிமுறையாக இருந்து வந்தது.

பாரம்பரிய நெறிமுறைகளை மீறி மக்காவின் இறை நிராகரிப்பாளர்கள் ஆயுதங்களுடன் சண்டையிட்டு நபிகளாரைத் தடுத்து நிறுத்த முடிவு செய்தார்கள். இந்த நோக்கத்துடன் காலித் பின் வலீத் தலைமையில் ஆயுதம் தரித்த 200 குதிரைப்படை வீரர்களை அனுப்பிவைத்தார்கள். மக்காவிற்குள் ஒருவேளை நபிகளாரும் தோழர்களும் நுழைய முற்பட்டால் அவர்களைத் தடுப்பதற்குப் பல்லாயிரம் ஆயுதம் தரித்த நிராகரிப்பாளர்கள் தயார்நிலையில் இருந்தார்கள்.

சண்டையிடுவது நபிகளாரின் நோக்கமாக இருக்கவில்லை. எனவே ஒரு புதிய வியூகத்தை வகுத்து நபிகளார் தமது மக்காவை நோக்கிய பயணத்தின் பாதையை மாற்றிக்கொண்டு ஹுதைபியா சம வெளியில் முகாமிட்டார்கள். மக்காவில் உள்ள இறைநிராகரிப் பாளர்களுக்குத் தமது பயணத்தின் நோக்கத்தைத் தெளிவுபடுத்து வதற்காக நபித்தோழர் உஸ்மானைத் தமது தூதராக அனுப்பிவைத்தார்.

மக்காவிற்கு சமாதானத் தூதராக அனுப்பி வைக்கப்பட்ட உஸ்மான் மக்காவாசிகளால் படுகொலை செய்யப்பட்டார் என்ற செய்தி ஹுதைபியாவில் முகாமிட்டிருந்த முஸ்லிம்களை வந்தடைந்தது. இதற்குப் பழிவாங்கவேண்டும் என்று நபித் தோழர்கள் ஆவேசம் அடைந்தார்கள்.

நபித்தோழர் உஸ்மான் கொல்லப்பட்டார் என்ற தகவல் வதந்தி தான் என்பதை முஸ்லிம்கள் அறிந்தார்கள். எவ்வளவு பெரிய ஆபத்து தம்மை நோக்கி வந்தாலும் அச்சமில்லாமல் அதை எதிர் கொள்ள முஸ்லிம்கள் தயார் நிலையில் இருந்தார்கள்.

முஸ்லிம்களின் நடத்தைகளை வியந்த காலிதும் உர்வாவும்

காலித் பின் வலீத் ஹுதைபியா முகாமிற்கு வருகை தந்து முஸ்லிம்களின் ஒழுங்கையும் கட்டுப்பாட்டையும் இஸ்லாம் மீது அவர்களுக்கு இருந்த பற்றையும் கண்டு வியந்து போனார்.

மக்காவின் இறைநிராகரிப்பாளர்கள் சார்பாக அனுப்பி வைக்கப்பட்ட பிரதிநிதிகளில் ஒருவரான உர்வா பின் மஸ்ஊத் நபித்தோழர்கள் தங்கள் தலைவராகிய நபிகளார் மீது காட்டிய அன்பையும் பாசத்தையும் கண்டு மிகவும் கவரப்பட்டார். பழுத்த அனுபவம்வாய்ந்த ராஜதந்திரியாகக் கருதப்பட்ட உர்வா, மக்காவிற்குத் திரும்பி 'பாரசீக, ரோமானிய, அபிசீனிய மன்னர் களின் அவைகளுக்கெல்லாம் நான் சென்றிருக்கிறேன். ஆனால் முஹம்மது மீது அவரைப் பின்பற்றுவோர் வைத்துள்ள பாசத்திற்கு இணையான ஒன்றை நான் எங்கும் பார்த்ததில்லை. அவர்கள் வழிபாடு செய்யவே வந்திருக்கிறார்கள். நாம் அவர்களை அனுமதிக்கலாம்' என்று குறிப்பிட்டார். இருப்பினும் நபிகளாரையும் தோழர்களையும் மக்காவிற்குள் அனுமதிப்பதில்லை என்பதில் மக்காவாசிகள் உறுதியாக இருந்தார்கள். ஆயினும் நபிகளாருடன் பேச்சுவார்த்தை நடத்த சுஹைல் பின் அம்ருவைத் தங்கள் பிரதிநிதியாக அனுப்புவது என்று முடிவு செய்தார்கள்.

நபிகளாருடன் மக்காவின் இறைநிராகரிப்பாளர்கள் சார்பாக பேச்சுவார்த்தை நடத்திய சுஹைல் கடினமாகவே நடந்து கொண்டார்.

பேச்சுவார்த்தையின் இறுதியில் உடன்பாடு ஒன்று தயாரிக்கப் பட்டது (பொஆ 628). மக்கா நிராகரிப்பாளர்கள் சார்பில் சுஹைல் பின் அம்ர் உடன்படிக்கையில் கையொப்பமிட்டார். நபிகளார் சார்பில் நபித்தோழர் அலீ உடன்படிக்கையை எழுதினார்.

உடன்படிக்கையின் முக்கிய அம்சங்கள்

இந்த உடன்படிக்கையில் பின்வரும் முக்கிய அம்சங்கள் இடம் பெற்றன:

ஒன்று: நபிகளார் 'அளவற்ற அருளாளனும் நிகரற்ற அன்புடையோனுமாகிய அல்லாஹ்வின் திருப்பெயரால்' என்று அலீயிடம் எழுதச் சொன்னார். சுஹைல் இதனை ஆட்சேபித்தார். 'அளவற்ற அருளாளனும் நிகரற்ற அன்புடையோனும் யார் என்பது எங்களுக்குத் தெரியாது' என்று தெரிவித்துவிட்டு 'இறைவனின் பெயரால்' என்று எழுதுமாறு கூறினார். நபிகளார் இதை ஏற்றுக் கொண்டு அவ்வாறே எழுதுமாறு அலீயிடம் தெரிவித்தார்.

இரண்டு: நபிகளார் தோழர் அலீயிடம் 'இது இறைத்தூதர் முஹம்மதுக்கும் சுஹைல் பின் அம்ருக்கும் இடையிலான உடன்படிக்கை' என்று எழுதச் சொன்னார். இதையும் சுஹைல் ஆட்சேபித்தார். 'நாங்கள் உங்களை அல்லாஹ்வின் தூதர் என்று ஏற்றுக்கொண்டிருந்தால், உங்களிடம் சண்டையிட்டிருக்க மாட்டோம்' என்று சுஹைல் வாதிட்டார். 'உங்கள் பெயரையும் உங்கள் தந்தை பெயரையும் மட்டும் எழுதுங்கள்' என்று சுஹைல் சொன்னார். நபிகளார் தம் கைகளால் 'அல்லாஹ்வின் தூதர்' என்று அலீ எழுதிய வாசகத்தை அழித்தார்.

மூன்று: முஸ்லிம்கள் இந்த ஆண்டு மக்காவிற்குச் செல்லாமல் திரும்பிச் சென்றுவிட வேண்டும். அடுத்த ஆண்டு மக்காவிற்கு புனிதப் பயணமாக வரலாம். அப்போது மூன்று நாள்கள் மட்டுமே தங்கி திரும்பிச் சென்றுவிட வேண்டும். ஆயுதங்களோடு வரக் கூடாது; வெறும் வாளுடன் மட்டும் வரவேண்டும். அதுவும் வெளியே எடுக்கப்படாமல் உறைக்குள் வைக்கப்பட்டிருக்க வேண்டும்.

நான்கு: பத்தாண்டுகளுக்கு இரு தரப்பினரும் சண்டை நிறுத்தம் செய்வதற்கு வழி வகுத்தது.

ஐந்து: நபிகளாருடன் எந்தவொரு கோத்திரத்தினரும் கூட்டுச் சேர்ந்து உடன்படிக்கை செய்துகொள்ளலாம். இதே போல் மக்காவின் இறைநிராகரிப்பாளர்களுடன் எந்தவொரு கோத்திரத்தினரும் கூட்டுச்சேர்ந்து உடன்படிக்கை செய்துகொள்ளலாம்.

ஆறு: மக்காவைச் சேர்ந்த ஒருவர் தனது பாதுகாவலரின் ஒப்புதல் இல்லாமல் மதீனாவிற்கு வந்தால் அவரை முஸ்லிம்கள் மக்கா விற்குத் திருப்பி அனுப்ப வேண்டும். ஆனால் மதீனாவிலிருந்து எந்தவொரு முஸ்லிம் மக்காவிற்கு வந்தாலும் அவர் திருப்பி அனுப்பப்படமாட்டார்.

இந்த ஒப்பந்தம் முஸ்லிம்களுக்கு பாதகமாக உள்ளது என்ற கருத்தே நபித்தோழர்களில் பெரும்பான்மையானவர்களின் கருத்தாக இருந்தது. இருப்பினும் நபிகளார் இந்த உடன்பாட்டின் விதிகளை அப்படியே ஏற்றுக்கொள்வதில் உறுதியாக இருந்தார்கள்.

ஹுதைபியா உடன்படிக்கை கடுமையாக முஸ்லிம்களை எதிர்ப்போருடனும் உடன்பாடு செய்துகொள்ளலாம் என்பதற்கு ஒரு முன்மாதிரியாக அமைந்துள்ளது.

- பொறுமை காப்பது பிரச்சினைக்குத் தீர்வாக அமையும். எந்நேரமும் பொறுமை காப்பது என்பது கடினமான பண்பு தான். ஆனால் பல்வேறு பிரச்சினைகளுக்குத் தீர்வுகாண பொறுமை பெரும் ஆயுதமாக விளங்குகின்றது என்பதற்கு ஹுதைபியா உடன்பாடு ஒரு சிறந்த எடுத்துக்காட்டாகும். இந்த உடன்பாடு அடிப்படையில் பார்க்கும்போது முஸ்லிம் களுக்கு சாதகமாக இருக்கவில்லை. ஆனால் நபிகளார் காட்டிய பொறுமையின் காரணமாக ஹுதைபியா உடன் படிக்கை அமைதிக்கு வழிவகுத்தது.
- ஆயுதம் தூக்குவது எல்லாக் காலங்களிலும் தீர்வாகாது. ஹுதைபியாவில் தமது இன்னுயிரைத் தியாகம் செய்யும் தயார் நிலையில் ஏராளமான தோழர்கள் நபிகளாருக்குப் பக்கபலமாக இருந்தனர். பல சவால்களை அப்போது எதிர்கொண்டாலும் ஆயுதம் தூக்குவதற்கு பதில் அமைதி பேச்சுவார்த்தையை நபிகளார் தேர்ந்தெடுத்துக்கொண்டார். அமைதி பாதையில் நடப்பதன் அவசியத்தை ஹுதைபியா உடன்படிக்கை சுட்டிக் காட்டுகின்றது.
- முஸ்லிம்கள் உடன்படிக்கைகளை நிறைவேற்றுவதில் உறுதியாக இருக்க வேண்டும் என்பதற்கும் ஹுதைபியா உடன்பாடு ஓர் எடுத்துக்காட்டாக அமைந்துள்ளது.

ஹுதைபியாவிற்கு நபிகளார் சென்ற வழித்தடம்

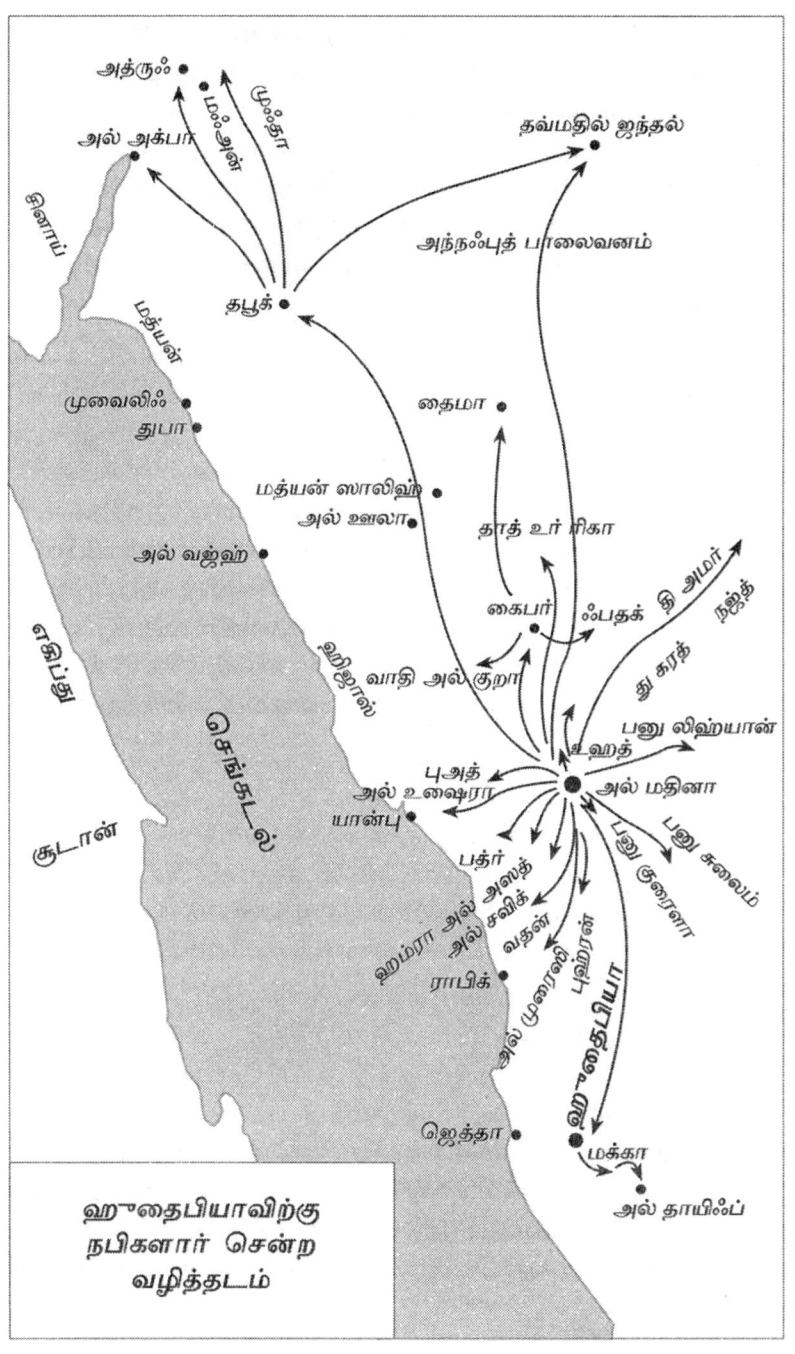

- அடிப்படைக் கோட்பாட்டிற்கு முரணில்லாதவற்றை விட்டுக் கொடுக்கலாம். அளவற்ற அருளாளனும் நிகரற்ற அன்புடை யோனுமாகிய அல்லாஹ்வின் திருப்பெயரால் என்பதற்குப் பதிலாக அல்லாஹ்வின் பெயரால் என்று மாற்றி எழுத ஒப்புக்கொண்டதும், அல்லாஹ்வின் தூதர் என்ற வார்த்தையைத் தாமே உடன்படிக்கைப் பத்திரத்தில் அழித்ததும் நபிகளார் சமாதானத்திற்கு எவ்வளவு முன்னுரிமை அளித்தார் என்பதை எடுத்துக்காட்டுகின்றன.

  இதே நேரத்தில் இந்தத் திருத்தங்கள் முஸ்லிம்களின் அடிப்படைக் கோட்பாடுகளுக்கு எதிராக அமையவில்லை என்பதையும் நாம் கவனிக்க வேண்டும். அல்லாஹ்வின் தூதர் என்ற வார்த்தை இல்லாததன் விளைவாக நபிகளார் அல்லாஹ்வின் தூதர் என்ற பொறுப்பைத் துறந்துவிட்ட நிலை ஏற்படப்போவதில்லை. இது நபிகளார் கடைப்பிடித்த ஒரு வகையான வியூகமாகவே இருக்கின்றது. அடிப்படைக் கோட்பாடுகளுக்கு முரணில்லாதவற்றைப் பிற சமய மக்களுடனான விவகாரங்களில் விட்டுக்கொடுக்கலாம் என்பதற்கு இது ஒரு வழிகாட்டலாகவும் அமைந்துள்ளது.

- நபிகளார் எதிர்த்தரப்பில் பேச்சுவார்த்தைக்கு வருபவர்களின் பண்புநலன்களைத் தெளிவாக அறிந்திருந்தார். எனவே தான் பேச்சுவார்த்தைக்கு சுஹைல் வருகிறார் என்பதைத் தொலைவில் பார்த்தவுடன் பேச்சுவார்த்தை சுமூகமாக முடிந்துவிடும் என்று தங்கள் தோழர்களிடம் குறிப்பிட்டார். இத்தகைய புரிதலும் தலைவர்களுக்குத் தேவைப்படுகின்றது.

உடன்படிக்கையின் விதிமுறைகளை எழுதிக்கொண்டிருந்த வேளை இறைநிராகரிப்பாளரின் பிரதிநிதி சுஹைலின் மகன் அபூஜந்தல், மக்கா நகரிலிருந்து தப்பியோடி விலங்குகள் பூட்டப்பட்டிருந்த நிலையில் ஹுதைபியாவிற்கு வந்துவிட்டார். முஸ்லிம்களிடையே தமது பரிதாப நிலையை எடுத்துரைத்தார். இஸ்லாத்தை ஏற்றுக்கொண்டதற்காகத் தாம் அனுபவித்த கொடுமைகளை அவர் எடுத்துரைத்தார். நபிகளாரிடம் தம்மை மதீனாவிற்கு அழைத்துச் செல்லுமாறு உருக்கத்துடன் வேண்டுகோள் விடுத்தார்.

இந்த நிகழ்வைக் கண்ட சுஹைல் தற்போது தயாராகியிருக்கும் உடன்படிக்கையின் அடிப்படையில் அபூஜந்தலை உங்களுடன் அழைத்துச் செல்ல முடியாது என்று நபிகளாரிடம் கூறினார்.

மிகவும் தர்மசங்கடமான நிலை அப்போது ஏற்பட்டது. ஒரு பக்கம் உடன்படிக்கையை நிறைவேற்ற வேண்டிய சூழல்; மறுபக்கம் அபூஜந்தல் 'என் முஸ்லிம் சகோதரர்களே! நீங்கள் என்னை இறைமறுப்பாளர்களின் கையில் ஒப்படைக்க விரும்புகிறீர்களா?' என்று கெஞ்சிக்கொண்டிருந்தார். அவருக்கு ஆதரவாக முஸ்லிம்களும் அவருடைய பரிதாப நிலையைக் கண்டு கொதித் தெழுந்தார்கள்.

நபித்தோழர் உமரின் சினம்

இந்தச் சூழலில் நபிகளாரிடம் கடும் கோபம்கொண்ட நபித் தோழர் உமர் கடுமையாக வாதிட்டார். அவருடைய வார்த்தை களிலேயே அதை விவரிக்கின்றார்:

என்னுடைய இஸ்லாமிய நம்பிக்கையை அன்று சந்தேகித்துக் கொண்டது போல் ஒருபோதும் சந்தேகித்ததில்லை. நபிகளாரிடம் சென்று நேரிடையாக 'உண்மையிலேயே நீங்கள் இறைவனின் தூதர்தானே?' என்று கேட்டேன்

நபிகளார், 'ஆம் அதில் என்ன சந்தேகம்' என்று பதிலளித்தார்

நான் நபிகளாரிடம், 'நமது கொள்கை நீதியானது; எதிரிகளின் கொள்கை அநீதியானதுதானே' என்று கேட்டேன்.

நபிகளார், 'ஆம்' என்று பதிலளித்தார்.

'அப்படியெனில் நாம் ஏன் நமது மார்க்க விஷயத்தில் சிறுமைப்பட்டுள்ளோம்?' என்று நபிகளாரிடம் கேட்டேன்.

நபிகளார், 'நான் அல்லாஹ்வின் தூதர். நான் அல்லாஹ்விற்கு மாறு செய்வதில்லை. அவன் எனக்கு வெற்றியைத் தருவான்' என்று பதிலளித்தார்.

நான் நபிகளாரிடம், 'நீங்கள் எங்களிடம் நாம் கஅபா ஆலயம் செல்வோம்; அதை வலம் வருவோம் என்று சொல்லவில்லையா?' என்று கேட்டேன்

நபிகளார் என்னிடம் 'ஆம் சொன்னேன். ஆனால் இந்த ஆண்டில் கஅபாவிற்குச் செல்வோம் என்றா சொன்னேன்?' என்று கேட்டார்.

நான் நபிகளாரிடம் 'இல்லை' என்று பதிலளித்தேன்.

நபிகளார் என்னிடம் 'நீங்கள் அங்கே செல்வீர்கள். கஅபாவை வலம் வருவீர்கள்' என்று பதிலளித்தார்கள் (புகாரி).

இந்த இக்கட்டான சூழலில் நபிகளார் உடன்படிக்கையைப் பேணுவதில் சிறிதும் தயங்கவில்லை.

அபூஜந்தல், உடன்படிக்கையின் விதிமுறைப்படி மக்காவிற்குத் திரும்பிச் செல்ல நேரிட்டது.

நபிகளார் அபூஜந்தலிடம், 'அபூஜந்தலே! நீர் பொறுமையைக் கடைப்பிடியும். இறைவன் உங்களுக்கும் மற்ற நிரபராதிகளுக்கும் உங்களைப் போல் கொடுமைக்குள்ளானவர்களுக்கும் ஒரு வழியைக் காட்டுவான். இப்போது சமாதான உடன்படிக்கை ஏற்பட்டுவிட்டது; இனி நாம் அவர்களிடம் ஒப்பந்தத்தை முறிக்கவோ அதற்கு எதிராகச் செயல்படவோ முடியாது' என்று கூறினார். நபித்தோழர் அபூஜந்தல் எப்படி அங்கு வந்தாரோ அதே நிலையில் விலங்குகள் பூட்டப்பட்ட நிலையிலேயே திரும்பிச் சென்றுவிட்டார்.

இந்த உடன்படிக்கைக்கு நபித்தோழர்கள் கடும் ஆட்சேபணை தெரிவித்தார்கள். ஆயினும் நபிகளார் இந்த உடன்பாட்டில் கையொப்பமிட்டதற்குக் காரணம் அவருடைய கூர்நோக்குப் பார்வைதான்.

மாபெரும் வெற்றிக்கு வழிவகுத்த உடன்படிக்கை

ஹுதைபியா உடன்படிக்கையின் விதிமுறைகள் முஸ்லிம்களுக்கு பாதகமாக இருந்தாலும் அது ஒரு மாபெரும் வெற்றிக்கு வழி வகுத்தது.

நபித்தோழர்கள் கனத்த மனதுடன் இந்த உடன்படிக்கையை ஏற்றுக்கொண்டார்கள். மக்காவின் இறைநிராகரிப்பாளர்களோ தாங்கள் இந்த உடன்படிக்கை மூலம் மாபெரும் சாதனையை நிகழ்த்திவிட்ட அகம்பாவ மனநிலையில் இருந்தார்கள்.

இருப்பினும் முஸ்லிம்களுடனான மோதல் போக்கிற்கு அது தடைபோட்டது. இறைவனோ திருக்குர்ஆனில் ஹுதைபியா உடன்படிக்கை முஸ்லிம்களுக்கு மிகப் பெரும் வெற்றி என்று அறிவித்தான்.

(நபியே! ஹுதைபியாவின் சமாதான உடன்படிக்கையின் மூலம்) நிச்சயமாக நாம் உங்களுக்கு (மிகப் பெரிய) தெளிவான தொரு வெற்றியைத் தந்தோம் (குர்ஆன் 48:1)

இந்த உடன்படிக்கை காரணமாக மக்காவில் வாழ்ந்த இறை நிராகரிப்பாளர்கள் மதீனாவைத் தலைமையகமாகக்கொண்ட அரசின் தலைவராக நபிகளாரை அங்கீகரிக்கும் நிலை ஏற்பட்டது. சண்டை நிறுத்தம் ஏற்பட்ட சூழலில் மக்காவிலிருந்து இறை நிராகரிப்பாளர்கள் மதீனாவிற்கு வந்து முஸ்லிம்களுடன் பழகும் வாய்ப்பும் அதன் மூலம் இஸ்லாத்தின் சிறப்பை அறியும் வழியும் பிறந்தது.

இந்த உடன்படிக்கை கையொப்பமான ஹிஜ்ரி 6ஆம் ஆண்டில் சுமார் மூவாயிரமாக இருந்த முஸ்லிம்களின் எண்ணிக்கை இரண்டாண்டுகளில் பத்தாயிரமாக உயர்ந்தது.

நபிகளாரின் சமூக உறவுகள் வாய்மையை அடிப்படையாகக் கொண்டிருந்தன. மதீனாவில் வாழ்ந்த யூதர்கள், கிறிஸ்தவர்கள், இன்ன பிற கொள்கையுடையவர்களைத் தொடர்ந்து மக்காவின் இறைநிராகரிப்பாளர்களுடன் அவர் செய்துகொண்ட உடன்பாடு அந்தப் பகுதியில் அமைதி நிலவ வழிவகுத்தது. ஹுதைபியா உடன்படிக்கை கையொப்பமான இரண்டு மாதங்களுக்குப் பிறகு பல வெளிநாட்டு அரசர்களுக்கு இஸ்லாத்தின் கொள்கைகளை விளக்கி நபிகளார் கடிதங்களை எழுத ஆரம்பித்தார்.

காந்தியடிகளும் மாக்கியவெல்லியும் 'இதைவிடச் சிறப்பாகச் செயல்பட்டிருக்க முடியாது'

கொடும் பகைவர்களாக இருந்த மக்காவின் இறைநிராகரிப்பாளர் களுடன் நபிகளார் செய்துகொண்ட உடன்படிக்கையை பல வரலாற்றாய்வாளர்கள் வியந்து பாராட்டியுள்ளார்கள். த ஃபஸ்ட் முஸ்லிம் *(முதல் முஸ்லிம்)* என்ற பெயரில் நபிகளாரின் வரலாற்றை எழுதியுள்ள லெஸ்லி ஹாஸ்லெடன் 'காந்தியடிகளும்

மாக்கியவெல்லியும் இதைவிடச் சிறப்பாகச் செயல்பட்டிருக்க முடியாது' என்று குறிப்பிட்டுள்ளார். அவர் எழுதுகிறார்:

போர் ஒரு தந்திரமான வழிமுறை என்றால் சில வகையில் அமைதியும் ஒரு தந்திரமே. தமது தோழர்களை ஆயுதங்களைத் துறக்க வைத்ததன் மூலம் முஹம்மது மக்காவாசிகளையும் ஆயுதங்களைத் துறக்கச் செய்தார். இந்தத் தந்திரமான நடவடிக்கை மூலம் அவர்களுக்கு சமாதானத்தைத் தவிர வேறு வழியில்லாத சூழலை உருவாக்கினார். இந்தச் சமாதானமும் முஹம்மதிற்கு சாதகமாகவே அமைந்தது. கார்ல் வான் கிளாஸ் விட்ஸ் * 'அரசியலின் தொடர்ச்சியான மற்றொரு வழிமுறைதான் போர்' என்று குறிப்பிட்டது ஒரு முதுமொழி யாகக் கருதப்படுகின்றது. ஆனால் இதற்கு நேரெதிரான வழியைப் பதினொரு நூற்றாண்டுகளுக்கு முன்பே நிலைநாட்டியவர் முஹம்மது. போரினால் சாதிக்க முடியாததை முஹம்மது அரசியல் மூலம் சாதித்துக் காட்டினார். ஆயுத மில்லாமல் மக்காவாசிகளை எதிர்கொண்டது அவர்களை முஹம்மதிற்கு அங்கீகாரம் அளிக்கும் நிலைக்குத் தள்ளியது. இது மட்டுமில்லாமல் தங்கள் முன்னோர்கள் வகுத்த புனிதமான நான்கு மாதங்களில் போரிடுவது இல்லை என்ற மரபை மக்காவாசிகளைவிட தாங்கள் கண்டிப்புடன் பின்பற்றுவதை முழு அரபுலகமும் அறிய வைத்தார் முஹம்மது.

காந்தியடிகளோ மாக்கியவெல்லியோ இதைவிடச் சிறப்பாகச் செய்திருக்க முடியது. எதிர்த்தரப்பினரை எதிர்கொள்ளும் யுக்தியைத் தலைகீழாகப் புரட்டினார் முஹம்மது. பலவீனமாக தோன்றிய நிலையை பலமுள்ளதாக மாற்றினார். ஆயுதம் தரித்த நிலையில் உள்ள வீரியத்தை ஆயுதம் தரிக்காமல் முஹம்மது வெளிப்படுத்தினார். போரைப் போல் வலிமையான ஆயுதமாக அமைதியின் மொழியைப் பயன்படுத்தினார். இத்தகைய இரட்டை வல்லமைதான் முஹம்மதை விமர்சிப்பவர்களையும் போற்றுபவர்களையும் வியக்கவைக்கின்றது. ஏழாம் நூற்றாண்டிலும், இருபத்தியோராம் நூற்றாண்டிலும் அவரை

* கார்ல் வான் கிளாஸ்விட்ஸ் (1780-1831) பண்டைய பிரஸ்யாவில் (இன்றைய போலந்தில்) வாழ்ந்தவர். போர்கள் குறித்து ஆய்வுகளைச் செய்து எழுதியவர்.

அமைதியின் தூதர் என்றோ, போரின் தூதர் என்றோ மிகவும் சாதாரணமாக நினைப்பவர்களை அவர் திகைப்படையச் செய்கிறார். அவர் இப்படியானவர் அல்லது அப்படியானவர் என்று குறுகிய வட்டத்திற்குள் அவரை அடைத்துவிட முடியாது. முஹம்மது பன்முக ஆளுமைகொண்ட தமக்கென மாபெரும் இடத்தை வரலாற்றில் செதுக்கியுள்ளார். அவருடைய கூர்நோக்குப் பார்வை முரண்பட்ட செயல்பாடுகளையும் தாண்டிச் செல்பவை. மக்காவிற்குள் நுழைய இந்த ஆண்டு அனுமதிக்க மாட்டோம் என்று ஹுதைபியாவில் மக்காவாசிகள் சொன்னதை முஹம்மது ஏற்றுக்கொண்ட தருணத்தில் தாம் மக்காவிற்கு மீண்டும் திரும்ப வருவதற்கான முதல் கட்டத்தைத் தாண்டிவிட்டோம் என்று முழுமையாக உணர்ந்திருந்தார் (லெஸ்லி ஹாஸ்லெடன், த ஃபஸ்ட் முஸ்லிம்: த ஸ்டோரி ஆஃப் முஹம்மத், அட்லாண்டிக் புக்ஸ், லண்டன், 2013, ப. 278-249).

ஹுதைபியா உடன்படிக்கையின் போது நபிகளார் வெளிப் படுத்திய கூர்நோக்குப் பார்வை, இக்கட்டான சூழலில் அவர் எடுத்த முடிவு, இறைவன் தன்னைக் கைவிடமாட்டான் என்ற அசையாத நம்பிக்கை ஆகிய அனைத்தும் உலகின் திசைவழிப் போக்கை நிரந்தரமாக மாற்றி அமைத்தன.

ஹுதைபியா ஒப்பந்தம் அனைத்து காலகட்டங்களில் வாழும் முஸ்லிம்களுக்கும் சீரிய படிப்பினையை அளிக்கின்றது. கடினமான, ஆத்திரமூட்டும் சூழலில் முஸ்லிம்கள் வாழும் காலங்களிலெல்லாம் அவர்கள் கையாளவேண்டிய அணுகு முறைக்கு எடுத்துக்காட்டாகவும் அது அமைந்துள்ளது.

ஒரு சமூகத்தின் தலைவருக்கு அவரைப் பின்பற்றுவோரை விட கூடுதல் பொறுப்பும் கடமையும் உள்ளன. இரு சமூகங்கள் மோதும் சூழல் அந்தச் சமூகத்தின் சாதாரண உறுப்பினர்களின் உணர்ச்சிப் பெருக்கத்தால்தான் ஏற்படுகின்றது. அப்படிப்பட்ட சூழலில் தலைவர்கள் மிகவும் அசாதாரணமான துணிச்சலுடன் அமைதியை நிலைநாட்ட பாடுபட வேண்டும். இதற்குச் சிறந்த எடுத்துக்காட்டாகவும் ஹுதைபியா உடன்படிக்கை விளங்கு கின்றது. இந்த உடன்படிக்கையின் அம்சங்கள் முஸ்லிம் களிடையே பெரும் கொந்தளிப்பை ஏற்படுத்திய போதும் அமைதியை நிலைநாட்டுவது மட்டுமே தலைவரான நபிகளாரின் நோக்கமாக

இருந்தது. தமது மதிநுட்பமிக்க நடவடிக்கைகளால் பொறுமையாக அந்தச் சூழலைக் கையாண்டார். இதன் பலனாக மிகப் பெரும் வெற்றி முஸ்லிம்களுக்குக் கிடைத்தது. ஹுதைபியா உடன்படிக்கை முடிந்த இரண்டு ஆண்டுகள் கழித்து இரத்தம் சிந்தாமல் மக்கா நகருக்குள் வெற்றியாளர்களாக நபிகளார் தலைமையில் முஸ்லிம்கள் நுழைந்தார்கள்.

ஹுதைபியா உடன்படிக்கை இன்றைய இந்தியச் சூழலில் முஸ்லிம்களுக்குப் பெரும் படிப்பினைகளைக் கொண்ட நிகழ்வாக அமைந்துள்ளது. முஸ்லிம்கள் மீது காழ்ப்புணர்ச்சியுடனும் வெறுப்புணர்ச்சியுடனும் பரப்புரைகளும் தாக்குதல்களும் நடைபெறும் சூழலில் அவற்றை எதிர்கொள்ள நபிகளார் கையாண்ட சாதுரியமான வழிமுறைகளைக் கடைப்பிடிக்கும் ஆளுமை கொண்ட தலைவர்கள் தேவைப்படுகின்றார்கள் என்பதும் தற்கால முஸ்லிம்களுக்கு ஹுதைபியா உடன்படிக்கை எடுத்துரைக்கும் மிகப் பெரும் படிப்பினையாகும்.

8
நஜ்ரான் உடன்படிக்கை

நபிகளார் தம்முடைய ஆட்சிக்காலத்தில் ஏனைய பிற அரசுகளுடனும் குலத்தினருடனும் ஏற்படுத்திய உடன்படிக்கைகள் ஒவ்வொன்றும் ஆட்சியாளர்களுக்கு என்றும் முன்னுதாரணமாய் விளங்குகின்றன. அவை சிறுபான்மைச் சமூகத்தினரை எவ்வாறு வழிநடத்தவேண்டும் என்பதற்கும் சான்றுகளாய்த் திகழ்கின்றன.

அரேபியாவின் தெற்குப் பகுதியில் யமன் நாட்டிற்கு வடக்கே அமைந்திருந்த நகரமான நஜ்ரானில் கிறிஸ்தவர்கள் வாழ்ந்து வந்தனர். இந்நகரின் பேராயராக அபூ ஹாரிதா இப்னு அல்கதாமா இருந்து வந்தார். கிறிஸ்தவ சமயத்தின் மிகப்பெரும் அறிஞராக அல்கதாமா விளங்கினார்.

நஜ்ரானின் பேராயர் அல்கதாமாவிற்கு நபிகளார் ஒரு கடிதம் அனுப்பியிருந்தார். அந்தக் கடிதத்தை மிகுந்த முக்கியத்துவம் வாய்ந்ததாக அல்கதாமா கருதினார். முதலில் முக்கியப் பிரமுகர்களிடமும் பிறகு பொதுமக்களிடமும் இந்தக் கடிதம் குறித்துக் கருத்து கேட்டறிந்தார் அல்கதாமா. இதன் இறுதியில், நபிகளாரைச் சந்திக்க 60 பேர்கள் கொண்ட குழுவை அனுப்புவது என முடிவு செய்யப்பட்டது.

நஜ்ரான் குழுவினரை வரவேற்ற நபிகளார் மதீனாவில் உள்ள மஸ்ஜித் நபவியில் (நபிகளாரின் பள்ளிவாசலில்) அவர்களுடன் பேச்சுவார்த்தையில் ஈடுபட்டார். பேச்சுவார்த்தையின் போது

அந்திசாயும் நேரத்தில் நாங்கள் வழிபாடு நடத்த வேண்டும் என்று கிறிஸ்தவ தூதுக்குழு கேட்டுக்கொண்டது. அப்போது பள்ளி வாசலில் வைத்து அவர்கள் வழிபட நபிகளார் (ஸல்) அனுமதித்தார்.

நஜ்ரான் கிறிஸ்தவர்களுடன் பல்வேறு கருத்துப் பரிமாற்றங்கள் நடைபெற்ற பிறகு இறுதியில் ஓர் உடன்படிக்கை கையொப்ப மானது.

ஹிஜ்ரி 9ஆம் ஆண்டு செய்துகொள்ளப்பட்ட இந்த உடன் படிக்கை வரலாற்றுச் சிறப்பு மிகுந்ததாகும். அந்த உடன்படிக்கை யில் கிறிஸ்தவ மக்களின் கடமைகள், உரிமைகள் தெளிவாக வரையறுக்கப்பட்டன.

நஜ்ரான் உடன்படிக்கை என்று அழைக்கப்படும் அந்த ஆவணத்தில் பின்வருமாறு குறிப்பிடப்பட்டிருந்தது:

அளவற்ற அருளாளனும் நிகரற்ற அன்புடையோனுமாகிய அல்லாஹ்வின் திருப்பெயரால்...

'இது இறைவனின் தூதர் முஹம்மதிற்கும் நஜ்ரான் பகுதியில் வாழும் மக்களுக்கும் இடையிலான பாதுகாப்பு சாசனம்.

'இறைத்தூதருக்கு நஜ்ரான் பகுதியில் உள்ள பழங்கள், தங்கம், வெள்ளி, இரும்பு (ஆயுதங்கள்) மற்றும் அடிமைகளில் தமக்குரிய பங்கை எடுத்துக்கொள்ளும் உரிமை இருந்த போதினும் ஆண்டுதோறும் 2000 ஹல்லாக்கள் நஜ்ரான் பகுதி மக்கள் தரவேண்டும் என்ற நிபந்தனை மட்டும் விதிக்கப் பட்டது. இந்த 2000 ஹல்லாக்களில் பாதி ரஜப் மாதத்திலும் மீதி ஸபர் மாதத்திலும் செலுத்தப்பட வேண்டும் (ரஜப் இஸ்லாமிய நாட்காட்டியில் 7ஆவது மாதம். ஸபர் 2ஆவது மாதம்) (ஒரு ஹல்லாவின் மதிப்பு 28.35 கிராம் தங்கத்திற்கு இணையானது).

'நான் அனுப்பும் தூதர்களைத் தங்கவைத்து உபசரிப்பது நஜ்ரான் மக்களின் கடமையாகும். ஆனால் எனது தூதர்கள் 30 நாட் களுக்கு மேல் தங்கியிருக்க மாட்டார்கள்.

'யமன் பகுதியில் கலகம் ஏற்பட்டால் நஜ்ரான் மக்கள் 30 போர்க் கவசங்கள், 30 குதிரைகள், 30 ஒட்டகங்களை அளிக்க

வேண்டும். இந்தக் கலகத்தின்போது நஜ்ரான் மக்களுக்கு உயிர் இழப்புகள் ஏற்பட்டால் அல்லது தனியார் சொத்துகளுக்குச் சேதம் ஏற்பட்டால், அவர்களுக்கு உரிய இழப்பீடு வழங்கப்படும்.

'நஜ்ரான் மற்றும் அதனைச் சுற்றியுள்ள பகுதிகளில் வாழும் கிறிஸ்தவ மக்களின் உயிர், உடைமைகளுக்கும் அவர்களது மத உரிமைகளுக்கும் பாதுகாப்பு உண்டு என்பது இறைவனின் பெயரால் அவனது தூதர் வழங்கும் உறுதிமொழியாகும்.

'மதநம்பிக்கைகளிலோ மதரீதியிலான செயல்பாடுகளிலோ எவ்விதத் தலையீடும் இருக்காது. மதரீதியான உரிமைகளிலும் சலுகைகளிலும் எவ்வித மாற்றமும் இருக்காது. எந்தவொரு பேராயரும் அவரது பொறுப்பிலிருந்து நீக்கப்படமாட்டார். எந்தவொரு துறவியும் அவரது மடத்திலிருந்து அப்புறப்படுத்தப்படமாட்டார். இதேபோல் எந்தவொரு ஆயரும் அவரது பங்கிலிருந்து நீக்கப்படமாட்டார். இவர்கள் அனைவரும் தாங்கள் முன்பு அனுபவித்த அனைத்து வசதிகளையும் தொடர்ந்து அனுபவிப்பார்கள். எந்தவொரு உருவ அடையாளமும் சிலுவையும் அழிக்கப்படமாட்டாது.

'அவர்கள் கொடுங்கோன்மையில் ஈடுபடமாட்டார்கள். அவர்கள் மீது கொடுங்கோன்மை ஏவப்பட மாட்டாது. அறியாமைக் காலத்திலிருந்தது போல் பழிக்குப் பழிவாங்குதலில் ஈடுபடக்கூடாது.

'முஸ்லிம் படைகளுக்கென்று அவர்களிடமிருந்து எந்தவொரு தீர்வையும் (கப்பம்) வசூலிக்கப்படமாட்டாது. இதேபோல் முஸ்லிம் படைகளுக்கு அவர்கள் உணவு அளிக்கவேண்டியதில்லை.

'எவராவது உங்களிடம் உரிமை கோரினால் நீதியின் அடிப்படையில் உங்களுக்கிடையில் தீர்ப்பு அளிக்கப்படும்.

'இந்த உடன்படிக்கைக்குப் பிறகு எவராவது வட்டி பரிவர்த்தனையில் ஈடுபட்டால் அவர்களுக்குப் பாதுகாப்பு அளிக்கப்பட மாட்டாது. வேறொருவர் செய்த குற்றத்திற்காக எந்தவொரு மனிதரும் தண்டிக்கப்படமாட்டார்.

'இந்த உடன்படிக்கையில் சொல்லப்பட்டவை அல்லாஹ்வின் கட்டளைகளாகும். அல்லாஹ்விடமிருந்து மறுகட்டளை

வரும் வரையில் இறைத்தூதர் முஹம்மது அதற்குப் பொறுப்பு ஏற்கிறார்.

'இந்த உடன்படிக்கையின் விதிமுறைகளைக் கடைப்பிடிக்கும் காலமெல்லாம் உடன்படிக்கைக்கு மாற்றமாக தவறிழைக்காத வரை இது செல்லுபடியாகும்' என்றவாறு அந்த உடன்படிக்கை இருந்தது. அப்துல்லாஹ் பின் அபீபக்ரால் இறைத்தூதரின் உத்தரவின்படி எழுதப்பட்ட இந்த உடன்படிக்கையில் அபூசுபியான் இப்னு ஹர்ப், கிலான் இப்னு அம்ர், மாலிக் இப்னு அவ்ப், அக்ரா இப்னு ஹாபிஸ், முகிரா இப்னு சுஅபா முதலிய 30 நபித்தோழர்கள் சாட்சிகளாக கையொப்பமிட்டுள்ளனர்.

நஜ்ரான் கிறிஸ்தவப் பிரதிநிதிகளுடன் இறைத்தூதர் முஹம்மது நபிகளார் செய்துகொண்ட இந்த உடன்படிக்கை இஸ்லாமிய ஆட்சியின் கீழ் வாழும் முஸ்லிமல்லாத மக்களின் உரிமைகளைத் தெளிவாகப் பறைசாற்றுகின்றது. முஸ்லிமல்லாத மக்களுக்கு மதரீதியான சுதந்திரத்தை ஓர் இஸ்லாமிய அரசு வழங்க வேண்டும் என்பதற்கும் இது அத்தாட்சியாக அமைந்துள்ளது. சகிப்புத்தன்மையுடனும் பரந்த மனப்பான்மையுடனும் முஸ்லிம் ஆட்சியாளர்கள் பிற சமய மக்களை நடத்தவேண்டும் என்பதற்கு நபிகளார் வகுத்துத்தந்த வழிமுறையாகவும் இந்த உடன்படிக்கை அமைந்துள்ளது. கிறிஸ்தவர்களுக்கு விவிலியத்தில் வட்டி தடுக்கப்பட்டுள்ளதால் வட்டியின் அடிப்படையிலான பரிவர்த்தனையில் ஈடுபடக்கூடாது என்ற விதிமுறை சேர்க்கப் பட்டுள்ளது.

இஸ்லாமிய ஆட்சியின் கீழ் வாழும் முஸ்லிமல்லாதாரின் உரிமைகள் பாதுகாக்கப்பட வேண்டும் என்பதற்காக நபிகளார் பல நடவடிக்கைகளை எடுத்தார். இதற்கு எடுத்துக்காட்டாக அமைந்தவைதான் மதீனா சாசனமும், நஜ்ரான் கிறிஸ்தவர்களுடன் அவர் செய்துகொண்ட உடன்பாடும். இவை மட்டுமின்றி இன்னும் பல கிறிஸ்தவ, யூத கோத்திரத்தினருடனும் பல உடன்படிக்கைகள் செய்துகொள்ளப்பட்டன. இவற்றில் ஒன்று, சீனாய் குன்றில் உள்ள கிறிஸ்தவத் துறவிகளுடன் நபிகளார் செய்துகொண்ட உடன்படிக்கை ஆகும்.

சீனாய் குன்று கிறிஸ்தவர்களுடனான உடன்பாடு

ஹிஜ்ரி 2ஆம் ஆண்டில் சீனாய் குன்று துறவிகளுடன் நபிகளார் இந்த உடன்படிக்கையைச் செய்துகொண்டார். இந்த உடன் படிக்கையின் பிரதி, சீனாய் குன்றில் உள்ள புனித கேத்தரீன் தேவாலயத்தில் 1517 வரை வைக்கப்பட்டிருந்தது. உஸ்மானிய ஆட்சியின் கீழ் இப்பகுதி வந்த போது அது சுல்தான் முதலாவது சலீம் வசம் ஒப்படைக்கப்பட்டது. அதன் நகல் இன்றுவரை புனித கேத்தரீன் தேவாலயத்தில் மக்களின் பார்வைக்காக வைக்கப் பட்டுள்ளது.

சீனாய் குன்று கிறிஸ்தவர்களுடனான இந்த உடன்பாட்டில் பின்வருமாறு குறிப்பிடப்பட்டுள்ளது:

> அருகிலும் தொலைவிலும் வாழும் கிறிஸ்தவர்களுக்கு முஹம்மது பின் அப்துல்லாஹ் (நபிகளாரின் இயற்பெயர்) விடுக்கும் செய்தி.
>
> நிச்சயமாக நானும் இறையடியார்களும், உதவியாளர்களும் எனது தோழர்களும் நீங்கள் எங்கள் நாட்டின் குடிமக்கள் என்பதால் உங்களைப் பாதுகாப்போம். உங்களை வருத்தப்பட வைக்கும் எந்தச் செயலும் நடைபெறாது. உங்கள் மீது எதுவும் கட்டாயப்படுத்தப்படமாட்டாது. உங்கள் நீதிபதிகள் அவர்கள் வகிக்கும் பதவிகளிலிருந்து அப்புறப்படுத்தப்படமாட்டார்கள். துறவிகளும் அவர்களின் மடங்களிலிருந்து நீக்கப்பட மாட்டார்கள்.
>
> அவர்களது மத ஆலயங்களை யாரும் அழிக்கக் கூடாது; யாரும் சேதப்படுத்தக் கூடாது; அல்லது அதிலிருந்து எந்தவொரு பொருளையும் முஸ்லிம்கள் தங்கள் வீடுகளுக்கு எடுத்துச் செல்லக்கூடாது. இவ்வாறு செய்பவர்கள் இறைவனின் வாக்குறுதியை மீறுவதுடன் இறைத்தூதருக்கும் மாறு செய்பவர் களாவார்கள். நிச்சயமாக இவர்கள் என்னுடன் உடன்பாடு செய்துகொண்ட நட்பு சக்திகள். யாரும் அவர்களைத் தங்கள் இடங்களிலிருந்து சென்றுவிடுமாறு நிர்பந்திக்கக் கூடாது. அல்லது அவர்களைச் சண்டையில் பங்குகொள்ளுமாறு நிர்பந்திக்கக் கூடாது. முஸ்லிம்கள் அவர்களுக்காகச் சண்டையிட வேண்டும்.

கிறிஸ்தவப் பெண்களை அவர்களின் ஒப்புதலின்றி யாரும் மணக்கக் கூடாது. அவர்களின் வழிபாட்டு உரிமையில் தலையிடக் கூடாது.

அவர்களின் தேவாலயங்கள் பாதுகாக்கப்பட்டுள்ளன. அவர்கள் அவற்றைப் பழுதுபார்ப்பதை யாரும் தடுக்கக் கூடாது. இறுதி நாள் வரை எந்தவொரு முஸ்லிமும் இந்த உடன்பாட்டின் விதிகளை மீறக் கூடாது.

மனித உரிமையின் பல்வேறு அம்சங்களை உள்ளடக்கியதாக இந்த உடன்பாடு திகழ்கின்றது. இஸ்லாமிய ஆட்சியின் கீழ் வாழும் பிற மதத்தினருக்கான வழிபாட்டு உரிமை உள்ளிட்ட பல்வேறு உரிமைகளை இந்த உடன்பாடு பாதுகாக்கின்றது. அவர்களின் சொத்துகளைப் பாதுகாக்கவும் பராமரிக்கவும் இந்த உடன்பாடு வழிவகுக்கின்றது. இராணுவச் சேவையிலிருந்து அவர்களுக்கு விலக்களிக்கும் அதே நேரத்தில் அவர்கள் போரிடத் தேவையில்லை என்பதையும் இந்த உடன்படிக்கை பறைசாற்றுகின்றது.

இந்தப் பின்னணியில்தான் வரலாற்றாசிரியர் டி.டபிள்யூ ஆர்னால்ட் பின்வருமாறு குறிப்பிடுகிறார்:

இறைத்தூதர் முஹம்மது நபிகளாரின் ஆட்சியில் கிறிஸ்தவர்கள் மட்டுமின்றி அனைத்து சிறுபான்மையினரின் உரிமைகளுக்கும் உத்தரவாதம் அளிக்கப்பட்டது. நபிகளார் உருவாக்கிய இந்த உடன்பாடுகளின் அடிப்படையிலான உரிமைகளை அவர்களுக்குப் பின் வந்த நேர்மையான முஸ்லிம் ஆட்சியாளர்களும் கண்டிப்புடன் பின்பற்றி வந்தார்கள்.

நபிகளார் தலைமையில் இஸ்லாமிய ஆட்சி நடைபெற்றுக் கொண்டிருந்த வேளையில், கிறிஸ்தவ தேவாலயங்கள் உள்ளிட்ட வழிபாட்டுத் தலங்கள் பாதுகாக்கப்பட இந்த உடன்பாடுகள் வழிவகுக்கின்றன என்பதைக் கவனிக்க வேண்டும். ஆக, ஒரு குறிப்பிட்ட சமயத்தைப் பின்பற்றும் ஆட்சியில் அங்குள்ள அனைத்துத் தரப்பு மக்களையும் அரவணைத்துச் செல்ல முடியும் என்பதற்கான மிகச்சிறந்த சான்றாக இதனைக் கருதலாம். மதச்சார்பின்மை பேசும் நாடுகள் இந்த வரலாற்று நிகழ்வுகளை யெல்லாம் அறிந்து தெளிய முற்பட வேண்டும்.

அல் ஊலா
கைபர்
அரேபிய தீபகற்பம்
யான்பு
அல் மதினா
ஹிஜாஸ்
ராபிக்
மக்கா
துரைபா
ஜெத்தா
அல் தாயிப்
அல் ஷு''ஐபா
நஜ்ரான் கிறிஸ்தவர்களின் வழித்தடம்
அல் குன்ஃபுதா
அல் அஸிர்
செங்கடல்
அப்ஹா
நஜ்ரான்
ஜிஸான்
ஃபர்ஸான்
ஷப்வா
மஃரிப்
மெசிவா
தஃலக்
சனா
யெமன்
கமரன்
ஸபித்
ஹிம்யர்
அக்சும்
பாப் அல் மந்தப்
தய்யிஸ்
அல் முக்கா
அபிசீனியா
அசெப்
ஏடன் (அத்ன்)
ஏடன் வளைகுடா

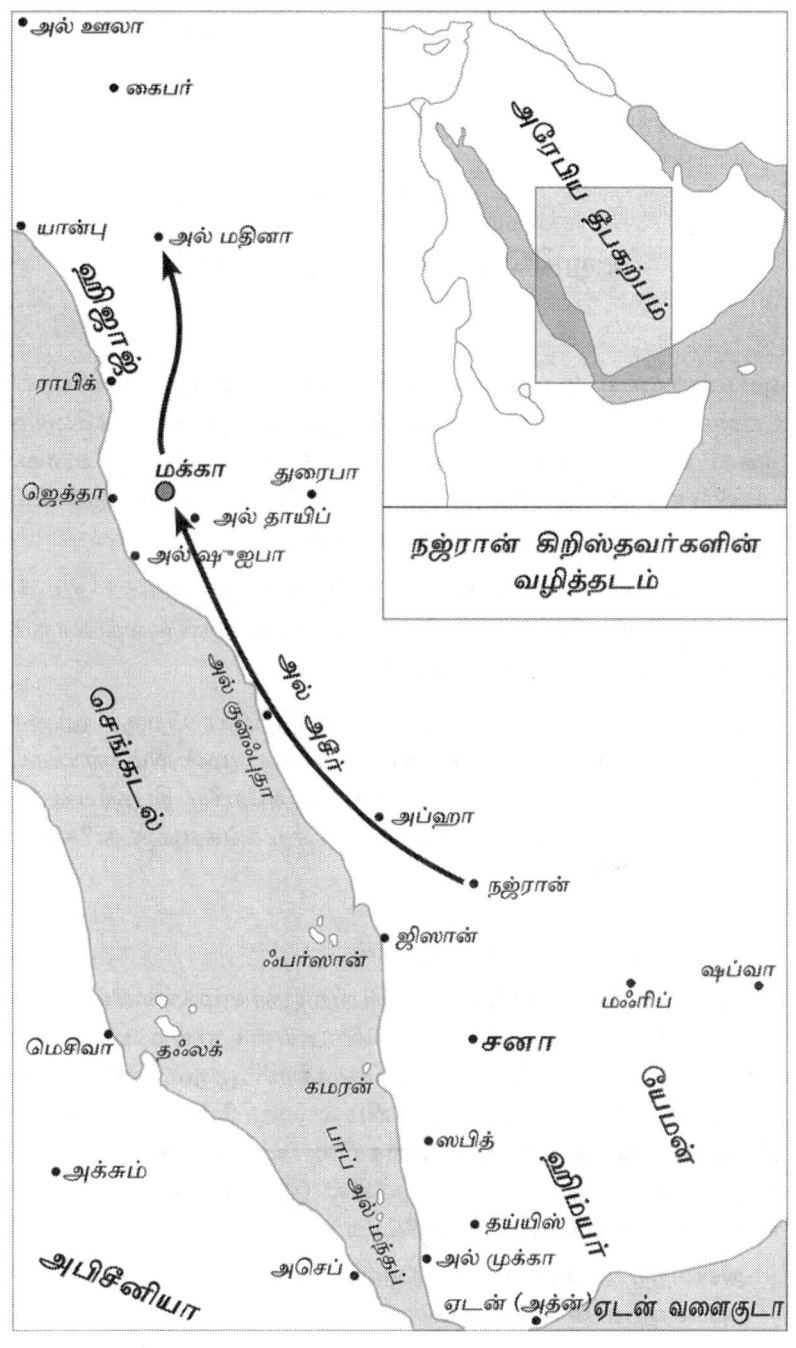

9

உறுதிமொழி காத்த நபிகளார்

நற்பண்புகளின் தாயகமான நபிகளார் பல்வேறு வகையான உடன்படிக்கைகளை மேற்கொண்டாலும் அவற்றை எந்தவொரு இக்கட்டான சூழ்நிலையிலும் ஒருபோதும் மீறியதில்லை. உடன்பாடுகளில் நேர்மையுடன் நடந்துகொண்டது அவருடைய இறையச்சத்திற்குக் கட்டியம் கூறுகிறது.

நபிகளாருடன் பல்வேறு கிறிஸ்தவக் குலத்தினர் உடன் படிக்கை செய்துகொண்டது போல் பல்வேறு யூதக் குலத்தினரும் உடன்படிக்கை செய்துகொண்டனர்.

புலப்பெயர்வுக்குப் பிறகு (ஹிஜ்ரத்திற்குப் பிறகு) ஹிஜ்ரி 7ஆம் ஆண்டில் நடைபெற்ற கைபர் போரில் முஸ்லிம்கள் மிகப் பெரும் வெற்றிபெற்றனர். இதன்பிறகு அரேபிய தீபகற்பத்தின் வடபகுதியில் வாழ்ந்த பல்வேறு யூதச் சமூகங்களுக்கு நபிகளார் கடிதங்கள் எழுதினார்.

யூதச் சமூகங்களுக்கான உரிமைகள்

நபிகளார் எழுதிய கடிதங்களைப் பெற்ற யூதச் சமூகங்களில் ஒன்று அகபா வளைகுடாவிற்கு அருகில் அய்லா என்ற பகுதியில் வாழ்ந்து வந்த 'பனீ ஜன்ப்' என்ற கோத்திரம் ஆகும். இஸ்லாமிய ஆட்சியின் கீழ் வாழும் முஸ்லிமல்லாதாரின் உரிமைகளை மீண்டும் எடுத்துரைக்கும் வகையில் அவர்களுக்குக் கடிதம் அனுப்பப்பட்டது. அந்தக் கடிதத்தில் இறைத்தூதர் முஹம்மது நபிகளார் பின்வருமாறு குறிப்பிட்டார்:

அளவற்ற அருளாளனும் நிகரற்ற அன்புடையோனுமாகிய அல்லாஹ்வின் திருப்பெயரால்,

'உங்கள் பிரதிநிதிகள் இங்கே வந்து தங்கிவிட்டு மீண்டும் உங்கள் இடத்திற்குத் திரும்பி வந்துகொண்டிருக்கிறார்கள். எனது இந்தக் கடிதம் அவர்களின் வழியாக உங்களை அடையும் போது நீங்கள் பாதுகாக்கப்படுவீர்கள். அல்லாஹ்வின் பெயரால் அவனது தூதராகிய நான் உங்களுக்கு இந்த உத்தர வாதத்தை அளிக்கிறேன். நீங்கள் செய்த தீய செயல்களையும் தவறுகளையும் நான் மன்னித்துவிட்டேன்.

'உங்களுக்குத் தீங்கு இழைக்கப்படமாட்டாது. உங்கள் மீது பகைமையும் இருக்காது. நீங்கள் கவலைகொள்ளும் நிலை ஏற்படாது. நீங்கள் அநீதியாகவும் நடத்தப்படமாட்டீர்கள்.

'இறைவனின் தூதராகிய நான் என்னைப் பாதுகாத்துக் கொள்வது போல் உங்களையும் பாதுகாத்துக்கொள்வேன். உங்கள் பேரீச்சைத் தோட்டங்களின் விளைச்சல் உங்களுக்கு உரிமையானதே. நீங்கள் செவிமடுத்து நடப்பீர்களேயானால் உங்களில் கண்ணியமானவர்களைக் கண்ணியப்படுத்துவதும் தவறிழைப்பவர்களை மன்னிப்பதும் இறைத்தூதரின் கடமை யாகிவிடும்.

'உங்களிலிருந்து நீங்கள் தேர்ந்தெடுக்கும் ஆளுநருக்கு உரிய அந்தஸ்து வழங்கப்படும்.

இதே போன்று பனி கடிய்யா, ஹர்பா மற்றும் அஜ்ராவில் வாழ்ந்து வந்த யூதச் சமூகத்தினருக்கும் உரிமைகள் அளிக்கும் கடிதங்களை நபிகளார் அனுப்பினார்.

கைபர் கோட்டையில் வாழ்ந்து வந்த பனூ நதீர் கோத்திரத்தைச் சேர்ந்த யூதர்கள் மதீனாவைத் தாக்குவதற்காகப் பல சதித் திட்டங்களில் ஈடுபட்டார்கள். மதீனாவை முற்றுகையிடும் வகையில் மக்கத்து இறைநிராகரிப்பாளர்கள் நடத்திய அகழிப் போரில் பங்குகொண்டவர்கள் கைபர் வாழ் யூதர்கள். அந்தப் போரில் பின்னடைவு ஏற்பட்ட போதும் தொடர்ந்து முஸ்லிம் களுக்கு எதிராகப் பல்வேறு யூதக் கோத்திரத்தினரை ஒன்றுசேர்த்து போரிட தயாரிப்புகளைச் செய்து வந்தவர்கள் பனூ நதீர் கோத்திர யூதர்கள். இவர்களுக்கு எதிராக அவர்கள் வாழ்ந்து வந்த கைபர் கோட்டையை முற்றுகையிட்டு வெற்றிவாகை சூடினார்கள் முஸ்லிம்கள்.

மிகப்பெரும் வெற்றி கிடைத்த பிறகு யூதர்கள் அனைவரையும் பழிவாங்க வேண்டும் என்ற நோக்கத்தில் நபிகளார் செயல்படவில்லை என்பதைத்தான் பல்வேறு யூதச் சமூகங்களுக்கு நபிகளார் எழுதிய கடிதங்கள் எடுத்துரைக்கின்றன.

கைபர் போரில் மாபெரும் வெற்றியைப் பெற்ற பிறகும் யூதர்களை மிகுந்த சகிப்புத்தன்மையுடன் இறைத்தூதர் முஹம்மது அணுகினார் என்பதற்குப் பல்வேறு வரலாற்றுச் சம்பவங்கள் உள்ளன.

கைபர் வாழ் யூதர்களின் விளைச்சலிலிருந்து அரசுக்கு உரிய பங்களிப்பைப் பெற்று வருவதற்காக அப்துல்லாஹ் பின் ரவாஹா என்ற தோழரை நபிகளார் அனுப்பிவைப்பார். அப்துல்லாஹ், மொத்த விளைச்சலை இரண்டு குவியலாகப் பிரிப்பார். யூதர்களது பங்கு அவர்களுக்குத் திருப்தியளிக்கவில்லை என்பதைக் குறிப்பால் உணர்ந்தால், அந்த இரண்டு குவியல்களில் தாங்கள் விரும்பும் குவியலை யூதர்கள் எடுத்துக்கொள்ளலாம் என்று அப்துல்லாஹ் அறிவிப்பார். விளைச்சலின் பங்களிப்பைப் பெறுவதற்காக அனுப்பப்பட்ட அனைத்து சந்தர்ப்பங்களிலும் இதே முறையைத்தான் அப்துல்லாஹ் இப்னு ரவாஹா கடைப்பிடித்தார். யூதர்கள் அநீதமாக நடத்தப்படவில்லை என்பதை அவர்கள் உணரும் வண்ணமும் விளைச்சலை எடுத்துக் கொள்வதற்கு முதல் உரிமையை அவர்களுக்குத் தருவதை உணர்த்தும் விதமாகவே ரவாஹாவின் நடவடிக்கைகள் அமைந்தன. அதனைக் கண்டு மகிழும் யூதர்கள், 'இது போன்ற நீதியின் அளவுகோல் பின்பற்றப்பட்டால் பூமி மற்றும் வானில் உள்ள அனைத்தும் வளர்ச்சி அடையும்' என்று மகிழ்ந்து வாழ்த்துவார்கள். இவ்வாறு நீதியைக் கடைப்பிடிக்கும் முறைமைகளே நபிகளார் அமைத்த ஆட்சியின் மகுடங்களாக விளங்கின.

இறைத்தூதர் தலைமையிலான ஆட்சியில் பல்வேறு பகுதிகளில் ஓர் அடைபட்ட சமூகமாக வாழ்ந்து வந்த யூதர்களுக்கு 'இஸ்லாமிய ஆட்சியின் குடிமக்கள்' என்ற நிலை உருவானது. குடிமக்கள் என்ற அடிப்படையில் ஆட்சியாளர்களுக்கு ஜிஸ்யா என்ற வரியை மட்டும் செலுத்த அறிவுறுத்தப்பட்டார்கள். அவர்களுக்கு முழுமையான பாதுகாப்பும் வழிபாட்டு உரிமையும் நீதியும் கிடைக்க

வழிவகைகளைச் செய்தார் நபிகளார். இஸ்லாமிய ஆட்சியில் வாழும் முஸ்லிம்கள் அரசிற்கு ஜகாத் செலுத்த வேண்டும். முஸ்லிம்கள் செலுத்திய ஜகாத் தொகையைவிட முஸ்லிம் அல்லாதார் செலுத்தும் ஜிஸ்யா வரி குறைவாக இருந்தது குறிப்பிடத்தக்கது.

முஸ்லிமல்லாதாருடன் செய்துகொண்ட உடன்பாடுகளை நிறைவேற்றுவதிலும் நபிகளார் கண்ணும் கருத்துமாகச் செயல் பட்டார். முஸ்லிமல்லாதார் செய்துகொண்ட உடன்பாடுகளை முறித்துக்கொள்ளும் வரையில் இறைத்தூதர் அதனை முறித்துக் கொள்ளவில்லை. இதற்கு ஏராளமான வரலாற்றுச் சான்றுகள் உள்ளன.

> *நபித்தோழர் அபூராபி அறிவிப்பதாவது: ஹுதைபியா உடன் படிக்கைக்குப் பிறகு மக்காவில் குறைஷிகள் என்னைத் தங்களின் பிரதிநிதியாக நபிகளாருடன் பேசுவதற்காக அனுப்பி வைத்தார்கள். நான் மதீனாவிற்கு வந்து நபிகளாரின் அருள் பொருந்திய முகத்தைப் பார்த்தபோது இஸ்லாத்தின் உண்மை நிலை எனது உள்ளத்தில் ஊடுருவியது. நான் இஸ்லாத்தைத் தழுவ முடிவு செய்தேன். திருத்தூதரிடம் எனது விருப்பத்தைத் தெரிவித்தேன். நான் மீண்டும் எனது மக்களிடம் (மக்காவிற்கு) செல்ல விரும்பவில்லை என்றும் கூறினேன். இதற்கு நபிகளார் என்னிடம், 'உங்கள் மக்களிடம் நான் செய்த வாக்குறுதியை முறித்துக்கொள்ள மாட்டேன். இதேபோல் அந்த மக்கள் என்னிடம் அனுப்பிய பிரதிநிதியை என்னுடன் வைத்துக்கொள்ளவும் மாட்டேன். நீங்கள் உங்கள் மக்களிடமே திரும்பச் செல்லவேண்டும். நீங்கள் இங்கிருந்து திரும்பிய பிறகு உங்கள் மனமானது இதே நிலையிலிருந்தால் நீங்கள் திரும்பி வரலாம்' என எனக்கு அறிவுறுத்தினார். நான் மதீனாவிலிருந்து புறப்பட்டு மக்காவிற்கு வந்து, பிறகு மீண்டும் மதீனாவிற்குச் சென்று முஸ்லிமானேன் (அபூதாவூத்).*

மக்காவைச் சேர்ந்த ஒருவர் தனது பாதுகாப்பாளர் அல்லது குறைஷி குலத் தலைவரின் அனுமதி இல்லாமல் இறைத் தூதரிடம் வந்து சேர்ந்துகொண்டால் அவரைத் திருப்பி அனுப்ப வேண்டும் என்பதும் ஹுதைபியா உடன்பாட்டின் (கி.பி. 628இல் ஹுதைபியா என்னும் இடத்தில் நபிகளார் மக்கா

நிரகாரிப்பாளர்களுடன் செய்துகொண்ட உடன்படிக்கை) ஒரு விதிமுறை ஆகும். எனவேதான் அபூராபி, தாம் இஸ்லாத்தைத் தழுவுவதாகவும் மதீனாவிலேயே தங்கி இருக்க விரும்புவதாகவும் குறிப்பிட்ட போது உடனடியாக இறைவனின் தூதர் அதற்கு இசைவு தெரிவிக்கவில்லை.

பிற சமயத்தவர்களுடன் செய்துகொண்ட உடன்படிக்கையைப் பேணுவதில் முஸ்லிம்கள் நியாயமாக நடந்துகொள்ள வேண்டும் எனபதற்கு நபிகளாரின் வழிமுறைகளில் இன்னும் பல சான்றுகள் உள்ளன.

உரிமைகளின் காவலர்

ஒருமுறை முஸ்லிம்களுடன் உடன்பாடு செய்துகொண்ட யூதச் சமூகத்தார் நபிகளாரிடம் வந்து சில முஸ்லிம்கள் தங்கள் தோட்டங்களுக்கு வந்து அங்கு விளைந்திருந்த பழங்களையும் பயிர்களையும் எடுத்துச் சென்றுவிட்டார்கள் என்று முறை யிட்டார்கள். பிற சமய மக்களின் முறையீடுதானே என நபிகளார் இதைப் புறந்தள்ளவில்லை; உடனடியாக முஸ்லிம்கள் அனைவரையும் அழைத்து ஒரு கூட்டம் நடத்தினார். அந்தக் கூட்டத்தில் பேசும்போது,

> யூதர்கள் தங்கள் தோட்டங்களில் விளைந்த பொருட்களை நீங்கள் எடுத்துச் சென்றுவிட்டதாக என்னிடம் முறை யிட்டுள்ளனர். அவர்களுடன் நாம் உடன்படிக்கை செய்திருக் கின்றோம் என்பது உங்களுக்குத் தெரிந்த ஒன்றுதான். அந்த உடன்படிக்கையில் அவர்களின் உயிருக்கும் அவர்கள் நிலத்தி லுள்ள உடைமைகளுக்கும் நாம் பாதுகாப்பு தருவதாக உத்தரவாதம் அளித்துள்ளோம். நமது நிலத்தில் நமக்காக அவர்கள் உழைப்பதற்கும் நாம் அனுமதி அளித்துள்ளோம். யாருடன் நாம் அமைதி உடன்பாடு செய்துகொண்டோமோ அவர்களுக்கு உரிமையான எந்தவொரு பொருளையும் நியாயமான விலை அளிக்காமல் அபகரித்துக்கொள்ள எந்தவொரு முஸ்லிமிற்கும் அனுமதி கிடையாது

என்று எடுத்துரைத்து உடன்படிக்கை செய்துகொண்ட முஸ்லிம் அல்லாத சமயத்தவர்களின் உரிமைகளை நபிகளார் உறுதிப்

படுத்தினார். இது வெறும் தத்துவமாக மட்டும் அல்லாமல் சரியான முறையில் நடைமுறையிலும் இருந்துவந்தது.

'அல் அமீன்' (நம்பிக்கைக்குரிய மனிதர்) என்று அழைக்கப்பட்ட நபிகளாரின் ஒவ்வொரு செயலும் சொல்லும் நீதியின் பக்கமே நின்றது என்பதும் அவருடைய ஆட்சியில் யூதர்கள் உட்பட அனைத்து சமுதாயத்தினரும் சமநீதியுடன் சம உரிமையுடன் வாழ வாய்ப்பளிக்கப்பட்டார்கள் என்பதும் இன்றைய ஆட்சியாளர்கள் அவசியம் தெரிந்து தெளிய வேண்டிய ஒன்றேயாகும்.

10

நபிகளாரின் வழியில் முஸ்லிம் ஆட்சியாளர்கள்

இதுவரை முஹம்மது நபிகளார் மக்காவில் முஸ்லிம்கள் சிறு பான்மையினராக வாழ்ந்த காலத்திலும் மதீனாவில் பெரும் பான்மையினராக ஆட்சி அதிகாரத்தில் இருந்த வேளையிலும் முஸ்லிமல்லாதாருடன் எத்தகைய உறவை வைத்திருந்தார் என்பதற்குப் பல எடுத்துக்காட்டுகளைப் பார்த்தோம். எல்லா நிலைகளிலும் முஸ்லிமல்லாதாருடன் நல் உறவைப் பேணுவதற்கே நபிகளார் வலுவான முயற்சிகளை மேற்கொண்டார் என்பதையே நாம் இதுவரை பார்த்த நிகழ்வுகள் எடுத்துக்காட்டுகின்றன.

நபிகளார் மறைவிற்குப் பிறகு ஆட்சியாளர்களாக வந்த நபித்தோழர்கள் அபூபக்கர், உமர், உஸ்மான், அலீ தொடங்கி வரலாறு நெடுகிலும் நேர்மையான இஸ்லாமிய ஆட்சியாளர்கள் (கலீஃபா) முஸ்லிமல்லாத சமூகங்களுடன் நல்லிணக்க உறவு களையே மேற்கொண்டிருந்தார்கள்.

நபித்தோழர் அபூபக்கரின் ஆட்சி

நபிகளாருக்குப் பிறகு இஸ்லாமிய அரசின் தலைவராகப் பொறுப்பேற்ற நபித்தோழர் அபூபக்கர் தமது படைகளுக்குப் பின்வரும் கடுமையான உத்தரவைப் பிறப்பித்தார்:

உயிரிழந்த உடல்களைச் சிதைக்காதீர்கள். குழந்தைகளையோ பெண்களையோ வயது முதிர்ந்தவர்களையோ கொல் லாதீர்கள். மரங்களுக்குத் தீங்கு விளைவிக்காதீர்கள். குறிப்பாகக் கனிகளைத் தரும் மரங்களை எரிக்காதீர்கள். மக்கள் குடியிருப்புப்

பகுதிகளை அழிக்காதீர்கள். எதிரிகளின் கால்நடைகளை அழித்துவிடாதீர்கள். தமது ஆசிரமத்தில் இருக்கும் துறவிகளுக்குத் துன்பம் தந்துவிடாதீர்கள்!

என்று கட்டளை இட்டார். அபூபக்கருக்குப் பிறகு ஆட்சிக்கு வந்த உமரும் முஸ்லிமல்லாதார் தொடர்பாக மிக உயர்ந்த பண்பாட்டுடன் நடந்துகொண்டார்.

நபித்தோழர் உமரின் ஆட்சி

நபித்தோழர் உமர் ஆட்சியில் எவ்வித சண்டையும் இல்லாமல் ஜெருசலம் நகரம் கி.பி. 637ஆம் ஆண்டு சரணடைந்தது. அதுவரை பைஜான்டைன் என்னும் கிழக்கு ரோம அரசின் கீழ் ஜெருசலம் இருந்தது. ஆனால் இந்த நகரத்தின் கிறிஸ்தவத் தலைவர் பேராயர் சோப்ரொனியூஸ், அந்நகரத்தை முஸ்லிம்களிடம் ஒப்படைக்க ஒரு நிபந்தனை விதித்தார். நபித்தோழர் உமர் நேரில் ஜெருசலம் வரவேண்டும் என்றும் அவரிடம்தான் நகரத்தை ஒப்படைப்பேன் என்பதே அந்த நிபந்தனை.

நபித்தோழர் உமர் தமது ஒரேயொரு உதவியாளருடன் ஜெருசலம் வந்தடைந்தார். பேராயர் சோப்ரொனியூஸ் நகரத்தை அவருக்குச் சுற்றிக் காண்பித்தார்.

த சர்ச் ஆஃப் ஸ்பல்ச்சர் என்னும் திருக்கல்லறை தேவாலயத்தில் கலீஃபா (இஸ்லாமிய ஆட்சியாளர்) உமர் இருக்கும் வேளையில் தொழுகைக்கான நேரம் வந்துவிட்டது. பேராயர் சோப்ரொனியூஸ் தேவாலயத்திலேயே உமர் தொழுதுகொள்ளலாம் என்று வலியுறுத்தினார். ஆனால் உமர் மறுத்துவிட்டார். இந்த மறுப்பிற்கு உமர் சொன்ன காரணம் பிற சமயத்தார் உரிமைகளைக் காக்க தொலைநோக்குடன் அவர் செயல்பட்டதற்கு எடுத்துக்காட்டாக அமைந்துள்ளது. 'இந்த தேவாலயத்தில் நான் தொழுதால் எதிர்கால முஸ்லிம்கள், இது எங்கள் கலீஃபா உமர் தொழுத இடம் என்று சொல்லி தேவாலயத்தைப் பள்ளிவாசலாக மாற்றிவிடும் வாய்ப்பு ஏற்பட்டுவிடும் என்றும், இதனால் கிறிஸ்தவர்கள் மிகப் புனிதமாகக் கருதும் ஒரு வழிபாட்டுத் தலத்தை இழந்துவிடக்கூடும்' என்றுக் கூறி திருக்கல்லறை தேவாலயத்தில் கலீஃபா உமர் தொழுவதற்கு மறுத்துவிட்டார்.

தேவாலயத்திற்கு வெளியில் உமர் தொழுகையை நிறைவேற்றினார். அவர் நின்று தொழுத அந்த வெளிப் பகுதியில் ஒரு பள்ளிவாசல் கட்டப்பட்டு அது உமர் பள்ளிவாசல் என்று அழைக்கப்பட்டு வருகின்றது.

உரிமைகளைக் காத்த உடன்படிக்கைகள்

ஜெருசலத்தில் சோப்ரொனியூஸ் உடன் ஓர் உடன்படிக்கையில் கலீஃபா உமர் கையொப்பமிட்டார். அந்த உடன்படிக்கையும் பிற சமய மக்களின் உரிமைகளை முஸ்லிம் ஆட்சியாளர்கள் எவ்வாறு நிலைநாட்டினார்கள் என்பதற்கு எடுத்துக்காட்டாக அமைந்துள்ளது.

அளவற்ற அருளாளனும் நிகரற்ற அன்புடையோனுமாகிய அல்லாஹ்வின் திருப்பெயரால்,

ஜெருசலம் நகரத்தின் மக்களுக்கு நம்பிக்கையாளர்களின் தளபதியும் இறைவனின் அடியானுமாகிய உமர் அளிக்கும் வாக்குறுதி. நோய்வாய்ப்பட்டவர்கள், நல்ல ஆரோக்கியமாக இருப்பவர்கள் உட்பட அனைவரின் உயிர்களுக்கும் உடைமைகளுக்கும் தேவாலயங்களுக்கும் சிலுவைகளுக்கும் கிறிஸ்தவ மதத்துடன் தொடர்புடைய அனைத்திற்கும் நான் பாதுகாப்பு அளிக்கின்றேன். தேவாலயங்கள் வீடுகளாக மாற்றப்படாது. அவை அழிக்கப்படவும் மாட்டாது. தேவாலயங்களின் இணைப்புப் பகுதிகளும் அழிக்கப்பட மாட்டாது. இந்நகரில் வாழும் குடிமக்கள் அணியும் சிலுவைகளும் உடைமைகளும் அழிக்கப்படாது. அவர்களது நம்பிக்கை தொடர்பானவற்றில் எவ்வித முட்டுக்கட்டையும் போடப்படாது. அவர்களில் ஒருவருக்குக்கூட எவ்விதத் துன்பமும் இழைக்கப்பட மாட்டாது. கட்டாயப்படுத்தி யாரும் மதமாற்றம் செய்யப்பட மாட்டார்கள்

என்பதாக அந்த உடன்படிக்கை அறிவிக்கிறது. கிறிஸ்தவர்கள் மட்டுமின்றி யூதர்களின் உரிமைகளையும் கலீஃபா உமர் பாதுகாத்தார். 500 ஆண்டு காலம் நடைபெற்ற பைஜான்டைன் ஆட்சி முடிவுக்கு வந்த நிலையில் யூதர்கள் ஜெருசலம் நகரில் வாழ்வதற்கும் தங்களுடைய வழிபாடுகளை நடத்துவதற்கும் உமர் அனுமதித்தார். முஸ்லிம்கள், கிறிஸ்தவர்கள், யூதர்கள் ஆகிய மும்மதத்தினரும் ஜெருசலத்தில் நிம்மதியாக வாழ்ந்தார்கள்.

இந்த நிலை சிலுவை யுத்தக்காரர்கள் கி.பி.1099இல் ஜெருசலத்தைக் கைப்பற்றும் வரை தொடர்ந்தது.

உமர் தமது ஆட்சியின் கீழ் வாழ்ந்த யூதர் ஒருவருக்கு அவரது செலவுக்கும் அவரது குடும்பச் செலவுக்கும் முஸ்லிம்களின் பொதுநிதியிலிருந்து யூதரின் ஆயுள் முழுவதற்கும் உதவிகள் வழங்க உத்தரவிட்ட சம்பவமும் இங்கே பதிவிட வேண்டியதாகும். அவ்வாறு அறிவித்துவிட்டு பின்பு இப்படிச் சொன்னார். 'திருக்குர்ஆனில் அல்லாஹ், தர்மங்கள் ஏழைகளுக்கும் வறியவர்களுக்கும் உரியது என்று கூறியுள்ளான்' என்று குறிப்பிட்டார்.

உமர் சிரியா பயணம் சென்ற போது கிறிஸ்தவர்களில் தொழுநோய் பாதித்த கூட்டத்தினரைக் கண்டார். அவர்களுக்கு அரசுக் கருவூலத்திலிருந்து நிவாரண உதவிகள் வழங்க உத்தரவிட்டார்.

நபித்தோழர் உஸ்மானின் ஆட்சி

நபித்தோழர் உஸ்மான் அவர்களின் ஆட்சியின் போது கிறிஸ்தவர்கள் கண்ணியத்துடன் நடத்தப்பட்டார்கள் என்பதற்குச் சான்றாக மெர்வ் நகரின் கிறிஸ்தவப் பேராயர், பார் நகரின் பேராயர் சிமியோனுக்கு எழுதிய கடிதம் அமைந்துள்ளது. அந்தக் கடிதத்தில், 'இந்த உலகின் ஆட்சியை இறைவன் அரபுகளுக்கு அளித்துள்ளான். அவர்கள் கிறிஸ்தவர்களின் நம்பிக்கைகளைத் தாக்குவதில்லை. இதற்குப் பதிலாக நமக்கு அவர்கள் உதவி செய்து வருகின்றார்கள். நமது தெய்வங்களையும் மகான்களையும் அவர்கள் மதித்து வருகின்றார்கள். நமது தேவாலயங்களுக்கும் ஆசிரமங்களுக்கும் அவர்கள் அன்பளிப்புகளை அளித்து வருகிறார்கள்' (பார்க்க: அபுல் அஃலா மௌதூதி, தி இஸ்லாமிக் லா அண்ட் கான்ஸ்டிடியூஷன், பக். 274-275) என்று குறிப்பிடப்பட்டு இருந்தது. இது எவ்வளவு பெரிய வரலாற்றுப் பதிவு.

நபித்தோழர் அலீயின் ஆட்சி

கலீஃபா அலீயின் ஆட்சியின் போதும் பிற சமய மக்களின் உரிமைகளை மதிக்க வேண்டும் என்ற பாரம்பரியம் தொடர்ந்தது. ஒருமுறை தமது போர்க் கவசங்கள் ஒரு கிறிஸ்தவர் வசம்

இருப்பதை அறிந்து கலீஃபா அலீ ஒரு சாதாரண குடிமகன் போல் நீதிமன்றத்தில் வழக்கு தொடுத்தார். கவசம் தமக்குரியது என்றும் பிரதிவாதிக்குத் தாம் அதனை அன்பளிப்பாக அளிக்க வில்லை; பரிசாகவும் கொடுக்கவில்லை என்று அலீ வாதிட்டார். 'இது குறித்து என்ன சொல்கிறாய்' என்று அந்த கிறிஸ்தவரிடம் நீதிபதி விசாரித்தார். அதற்கு அந்தக் கிறிஸ்தவர் கவசம் தன்னுடையது என்றும், ஆனால் தனது கருத்துப்படி அலீ பொய் சொல்லக் கூடியவர் அல்ல என்றும் பதிலளித்தார். அலீயிடம் 'கவசம் உங்களுடையதுதான் என்பதற்குச் சான்று உள்ளதா?' என்று நீதிபதி கேட்டார். இதற்குச் சிரித்துக்கொண்டே பதிலளித்த அலீ, 'என்னிடம் சான்று இல்லை' என்றார். நீதிபதி, கவசம் கிறிஸ்தவருக்குரியது என்று தீர்ப்பு அளித்தார். கவசத்துடன் சென்ற கிறிஸ்தவர் திரும்பி வந்து அலீயின் கரங்களைப் பற்றி இஸ்லாத்தைத் தழுவினார். பிறகு சிஃப்பீன் போரின் போது அலீயின் ஒட்டகத்திலிருந்து அந்தக் கவசத்தை எடுத்ததாகச் சொல்லி 'கவசம் அலீயுடையதுதான்' என்று உண்மையை ஒப்புக் கொள்கிறார்.

கவசம் அலீ உடையது என்று நபித்தோழர் ஹசன் சாட்சி சொன்னதாகவும், தந்தைக்காக மகனின் சாட்சி ஏற்கப்படாது என்று நீதிபதி வழக்கைத் தள்ளுபடி செய்ததாகவும் ஓர் அறிவிப்பு உள்ளது.

மிகப்பெரும் ஓர் ஆட்சியாளர் ஒரு கிறிஸ்தவருக்கு எதிராக ஓர் உரிமையியல் வழக்குத் தொடுக்கிறார். நீதிபதி கிறிஸ்தவருக்குச் சாதகமாகத் தீர்ப்பு வழங்குகிறார். நேர்வழி பெற்ற இஸ்லாமிய ஆட்சியாளர்கள் பிற சமய மக்களின் உரிமைகளைப் பேணுவதில் நீதியுடன் நடந்துகொண்டதற்கு மற்றொரு மிகச் சிறந்த எடுத்துக் காட்டு இது.

நான்கு கலீஃபாக்களைத் தொடர்ந்து ஆட்சி செய்த முஸ்லிம் ஆட்சியாளர்களும் தங்கள் ஆளுகையின் கீழ் வாழ்ந்த முஸ்லிம் அல்லாத குடிமக்களின் உரிமைகளை நிலைநாட்டினார்கள்.

மத்திய காலகட்டத்தில் ஐரோப்பாவில் யூதர்கள் கொடுங் கோன்மையை அனுபவித்து வந்தபோது, ஸ்பெயின் நாட்டில் முஸ்லிம்கள் ஆட்சியில் அவர்கள் அமைதியாகவும் நல்லிணக்கத் துடனும் வாழ்ந்துவந்தார்கள். யூதர்கள் தங்கள் வரலாற்றின்

இந்தக் காலகட்டத்தைப் பொற்காலம் என்று குறிப்பிடுகிறார்கள் (த ப்ரொஃபெட் ஆஃப் இஸ்லாம் அண்ட் ஜூஸ்: பேசிக் ஆஃப் கண்டக்ட், அக்சப்டன்ஸ், ரெஸ்பக்ட் அண்ட் கோஆபரேஷன், ஃபைசல் புர்ஹானை மேற்கோள் காட்டி டாக்டர் பேக்கர்).

பல்வேறு பகுதிகளும் கொடுங்கோன்மைக்கு இலக்காகி இருக்க, அந்தக் காலகட்டத்தில் பாதிக்கப்பட்ட மக்களுக்குப் புகலிடமாக முஸ்லிம்கள் ஆண்ட ஸ்பெயினும் பக்தாதும் அமைந்திருந்தன.

பள்ளிக்கூடங்களிலும் பல்கலைக்கழகங்களிலும் முஸ்லிம் மாணவர்களுடன் கிறிஸ்தவ, யூத மாணவர்களும் சேர்க்கப் பட்டார்கள். மாணவர்களுக்கான விடுதிகளில் அரசு செலவில் அவர்கள் தங்கிப் படிக்க வசதிகள் அளிக்கப்பட்டன. முஸ்லிம்கள் ஆட்சி முடிவுக்கு வந்த பிறகு ஸ்பெயினில் யூதர்கள் கொடுமை யான சித்ரவதைக்கு இலக்கானார்கள். இந்தச் சித்ரவதையிலிருந்து தப்பிக்கும் வாய்ப்பு கிடைத்தவர்கள் மொரோக்காவிலும் உஸ்மானியப் பேரரசு ஆட்சி செய்த பகுதிகளிலும் தஞ்சம் புகுந்து நிம்மதியாக வாழ்ந்தார்கள்.

உஸ்மானியப் பேரரசு

இஸ்தான்புலைத் தலைமையகமாகக்கொண்டு செயல்பட்ட உஸ்மானியப் பேரரசு முஸ்லிமல்லாத மக்களைக் கனிவாக நடத்தி அவர்களுக்குப் பல்வேறு உரிமைகளை அளித்தது.

உஸ்மானியப் பேரரசின் கீழ் வாழ்ந்த முஸ்லிமல்லாத மக்களுக்கு வழிபாட்டு உரிமை வழங்கப்பட்டது. இதற்கு ஒருபடி மேலே சென்று கிறிஸ்தவர்களுக்கும் யூதர்களுக்கும் அரசியல் அதிகாரத்தை யும் வழங்கியது. மில்லத் அமைப்பு என்று பெயரிடப்பட்ட திட்டத்தின் வாயிலாக முஸ்லிமல்லாதார் தங்கள் பிரதிநிதிகளைத் தேர்ந்தெடுத்தார்கள். இந்தப் பிரதிநிதிகள், உஸ்மானியப் பேரரசின் நிர்வாகத்திற்கும் முஸ்லிமல்லாத சமூகங்களுக்குமிடையில் ஒரு பாலமாகச் செயல்பட்டார்கள்.

யூரி அன்வெரி என்ற இஸ்ரேல் நாட்டைச் சேர்ந்த எழுத்தாளர் 1941 முதல் 1945 வரை ஐரோப்பாவில் நாஜிகள் நடத்திய யூதப் பேரழிவு போன்ற நடவடிக்கைகள் முஸ்லிம் உலகில் நடை பெறவில்லை என்று குறிப்பிடுகிறார். வேதத்தை உடையவர்கள்

கருணையுடன் நடத்தப்பட வேண்டும் என்ற நபிகளாரின் உத்தரவுதான் இதற்குக் காரணம் என்று யூரி அன்வெரி குறிப்பிடு கிறார். தற்கால ஐரோப்பாவில் நிலவும் சூழலை ஒப்பிடுகையில் முஸ்லிம் உலகில் நிலவிய சகிப்புத்தன்மை மேன்மையானதாக இருந்தது என்றும் அவர் குறிப்பிடுகிறார்.

நபிகளார் காட்டிய வழிமுறையில் முஸ்லிமல்லாத மக்களுடன் நல்லுறவைப் பேணிய ஆட்சியாளர்களின் தகைமைகள் வரலாறு முழுவதும் இதுபோல் காணக்கிடைக்கின்றன.

11

இந்திய முஸ்லிம்களுக்கு நபிகளார் காட்டும் வழி

அழகான கொள்கைகள், ஆழமான சகிப்புத்தன்மை, இனிய இறைத்தூதர், ஈத்துவக்கும் கடமைகள், உயர்ந்த நீதி, ஊக்கம் தரும் கலீஃபாக்களின் வரலாறு, எண்ணங்களில் விரிவு, ஏகத்துவப் பணிவு என்பன போன்ற பண்புநலன்களை இஸ்லாம் மிக நேர்த்தியாகத் தன்னகத்தே கொண்டுள்ளது என்பதற்குச் சான்றாகப் பல உண்மைகளை நாம் இதுவரை பார்த்து வந்தோம்.

பல சமய மக்களும் நேசமான உறவுமுறைகளைப் பேணுவதற்கு இஸ்லாம் வழிகாட்டுவதை நாம் இதுவரை பார்த்த வரலாற்று நிகழ்வுகள் நமக்குச் சுட்டிக்காட்டுகின்றன. இஸ்லாம் அன்பின் மார்க்கம், நேர்மையின் வெளிப்பாடு, மனிதநேயத்தின் செயல் வடிவம் என்பதை நாம் பார்த்த நிகழ்வுகள் அற்புதமாய்ப் பறைசாற்றுகின்றன.

உறவில் கனிவும் கருத்தில் தெளிவும்

நபிகளார் பிற சமயத்தவர்கள் மீது குரோதமாக நடந்துகொள்ளப் போதித்தார் எனவும், நிரந்தரமாக முஸ்லிமல்லாதோருடன் பகைமை பாராட்டும்படி ஏவினார் எனவும் சிலர் விமர்சித்து

வருவது முற்றிலும் தவறானது என்பதை நடுநிலையாளர்கள் உணர்வார்கள்.

ஆட்சி, அதிகார மட்டங்களைத் தாண்டி, நபிகளாரும் அவருடைய தோழர்களும் மிகக் கனிவான உறவுகளைத் தனிப்பட்ட வாழ்விலும் பிற சமூக மக்களுடனும் பராமரித்து வந்தார்கள். மகிழ்வான தருணங்களை முஸ்லிமல்லாதோருடன் பகிர்ந்துகொண்டார்கள். துக்க நிகழ்வுகளிலும் கலந்துகொண்டனர். முஸ்லிமல்லாத நோயாளிகளைக் கண்டு நலன் விசாரித்தார்கள். மரண நிகழ்வுகளில் பங்குகொண்டு தங்கள் துக்கத்தை வெளிப்படுத்தினார்கள். இஸ்லாத்தைத் தழுவாத தங்கள் பெற்றோர், உறவினர், நண்பர் ஆகியோருக்கு அவர்களுக்குரிய கடமைகளை நிறைவேற்றினர்.

யூதரின் பிரேத ஊர்வலம்

ஒருமுறை மதீனாவில் ஒரு யூதரின் பிரேத ஊர்வலம் சென்று கொண்டிருந்தது. அப்போது நபிகளார் எழுந்து நின்றார். அவருடன் இருந்த நபித்தோழர்களும் எழுந்து நின்றார்கள். அப்போது நபித்தோழர் ஒருவர் அது யூதரின் பிரேத ஊர்வலம் என்று சொன்ன போது அது ஓர் ஆன்மா இல்லையா? என்று நபிகளார் திரும்பக் கேட்டார். நீங்கள் ஒரு பிரேத ஊர்வலத்தைப் பார்க்கும் போது எழுந்து நில்லுங்கள் என்று நபிகளார் குறிப்பிட்டார் (புகாரி, முஸ்லிம்).

இறந்தவர் யாராக இருந்தாலும் அவரது சடலத்திற்குரிய மரியாதை அளிக்க வேண்டும் என்பதற்கு இது சான்றாகும்.

நோயுற்ற முஸ்லிமல்லாதாரை விசாரித்தல்

நோயுற்று இருக்கும் முஸ்லிமல்லாதார்களின் இல்லத்திற்குச் சென்று அவர்களை நலன் விசாரிக்கும் பண்பு முஸ்லிம்களிடம் இருக்க வேண்டும் என்பதற்கு எடுத்துக்காட்டாக நபிகளார் நோயுற்றிருந்தவர்களை நேரில் பார்த்து விசாரித்துள்ளார்.

தம்மிடம் பணியாற்றிய யூத சிறுவன் ஒருவருக்கு உடல்நலன் பாதிக்கப்பட்ட போது அவருடைய வீட்டிற்குச் சென்று உடல்நலன் விசாரித்த ஆட்சித் தலைவராக விளங்கினார் நபிகளார்.

முஸ்லிமல்லாத உறவினர்களுடன் நல்லுறவு

முஸ்லிமல்லாத உறவினர்களுடனும் முஸ்லிம்கள் நல்லுறவுடன் நடந்துகொள்ள வேண்டும் என்பதற்குச் சான்றாக, நபித்தோழர் அபூபக்கரின் மகள் அஸ்மா விவரிக்கும் பின்வரும் நிகழ்வு அமைந்துள்ளது.

'நபிகளார் வாழ்ந்துவந்த காலத்தில் எனது தாயார் என்னைப் பார்க்க வந்தார். அவர் முஸ்லிமாக இருக்கவில்லை. நான் இதுகுறித்து நபிகளாரிடம், 'என் தாயார் என்னைப் பார்க்க வருகிறார். நான் அவரைக் கனிவாக நடத்தவேண்டும் என்று அவர் எதிர்பார்க்கிறார். என் தாயாருடன் நான் எப்படி நடந்துகொள்ள வேண்டும்' என்று ஆலோசனை கேட்டேன். 'உங்கள் தாயாருடன் நல்லுறவைப் பேணுங்கள்' என்று நபிகளார் அறிவுறுத்தினார்.

நபிகளாரின் மனைவி உம்மு ஹபீபாவின் தந்தை நபிகளாரின் மார்க்கத்தைத் தொடக்க காலத்தில் கடுமையாக எதிர்த்தவர். இருப்பினும் தமது மனைவியிடம் முஸ்லிம் அல்லாத இரத்த உறவுகளைப் பேணும்படியும் அவர்களுக்கான கண்ணியத்தை அளிக்குமாறும் நபிகளார் அறிவுறுத்தினார்.

எல்லாவற்றுக்கும் மேலாக அனைத்து மக்களுக்கும் பயன் தரக்கூடிய சமூகச் சேவைகளில் நபிகளாரின் தோழர்கள் முன்னிலையில் இருந்தார்கள்; சமூகச் சேவையில் முழுமையான அக்கறை செலுத்தினார்கள்; துயரத்திலிருந்த மக்களின் துயர் துடைத்து அவர்களுக்கு நிம்மதியை அளிக்க அவர்கள் முன் வந்தார்கள், பாடுபட்டார்கள்.

முஸ்லிமல்லாதாருடன் வணிகம்

மதீனாவில் வாழ்ந்து வந்த யூதர்களுடன் நபிகளாரும் அவருடைய தோழர்களும் நட்புணர்வுடன் பழகி வந்தார்கள். யூதர்களுடன் வணிகத் தொடர்பு மட்டுமில்லாமல் அவர்களின் சுக துக்கங் களிலும் பங்குகொண்டார்கள்.

மதீனாவில் வாழ்ந்த யூதர்களுடன் நபிகளார் வணிகத் தொடர்பு கொண்டிருந்தார் என்பதற்குச் சான்று, அவருடைய கவசம் யூதர் ஒருவரிடம் அடைமானம் வைக்கப்பட்டிருந்தது என்ற தகவல் ஆகும்.

சில நேரங்களில் யூதர்களிடமிருந்து நபிகளார் கடனாகப் பணம் பெற்றார். சில நேரங்களில் தம் தோழர்களுக்கும் யூதர்களிடமிருந்து கடன்பெற்றுக் கொடுத்தார். இறைத்தூதரின் அன்புத் தோழர்களில் உஸ்மான், அப்துர் ரஹ்மான் பின் அவ்ப் முதலியோர் பெரும் செல்வந்தர்களாக இருப்பினும் அவர்களிடம் தம் கவசத்தை அடைமானம் வைக்காமல், யூதர் ஒருவரிடம் அடைமானம் வைத்ததே முஸ்லிமல்லாதாரிடம் வணிகத் தொடர்பு வைத்துக் கொள்ளலாம் என்பதற்கான வழிகாட்டுதல்தான் என நாம் புரிந்து கொள்ள வேண்டும்.

ஒருநாள் யூதர் ஒருவர் நபிகளாரின் சட்டையைப் பிடித்துக் கொண்டு தன்னிடம் வாங்கிய கடனைத் திருப்பித் தருமாறு மிரட்டினார். இதைப் பார்த்துக்கொண்டிருந்த நபித்தோழர் உமருக்குக் கடும் கோபம் ஏற்பட்டு அந்த யூதரைக் கடுமையாக ஏசினார். இந்தத் தருணத்தில் நபிகளார் தலையிட்டு உமரிடம், அந்த யூதருக்குப் பேசுவதற்கு உரிமை உள்ளது. அவரிடம் நளினமாகப் பேசியிருக்கலாம் என்று கடிந்து கொண்டார். இதன் பிறகு அந்த யூதரிடம் பெற்ற கடன் தொகையைத் திரும்ப அளிக்க உத்தரவிட்டதுடன் அந்த யூதரை உமர் கடிந்துகொண்டதால் கூடுதல் தொகையை அளிக்குமாறும் கூறினார்.

தமது நாட்டின் குடிமக்களாக இருந்த முஸ்லிமல்லாத மக்களுக்கு உரிய நேரத்தில் உரிய கவுரவத்தையும் நபிகளார் அளித்தார்.

யூதர்களில் சிலர் நபிகளாரைப் பொல்லாத சொற்கள் கொண்டு ஏசியபோதும் அவர் பொறுமையாக இருந்தார். இதன் காரணமாக அவர்களுடனான நல்லுறவிலிருந்து அவர் விலகி நிற்கவில்லை. இறைத்தூதருக்கும் முஸ்லிம்களுக்கும் கடும் துன்பம் விளைவிப் போரைச் சபிக்குமாறு கூறப்பட்டபோது நபிகளார் சபிக்க மறுத்ததுடன் 'நான் சபிப்பதற்காக அனுப்பப் படவில்லை. நான் அருட்கொடை யாகவே அனுப்பப்பட்டுள்ளேன்' என்று விளக்கம் அளித்தார்.

யூதப் பெண்மணி ஒருவர் நபிகளாரை விருந்துக்கு அழைத்தார். நபிகளார் அந்த அழைப்பை ஏற்றுத் தமது தோழர்களுடன் சென்றார். அப்பெண்மணி வஞ்சகமாக நபிகளாருக்கு அளித்த உணவில் நஞ்சு கலந்து கொடுத்தார். இருப்பினும் நபிகளார்

அப்பெண்மணியை மன்னித்தார் என்பது நபிகளாரின் கருணை உள்ளத்திற்கு எடுத்துக்காட்டாகும்.

எதிரிகளைச் சபிப்பதற்கு பதிலாக தமது எதிரிகளுக்கும் இறைவன் நல்லருள் புரிய வேண்டும் என்று நபிகளார் பிரார்த்தித்தார்.

நபித்தோழர் அபூஹுரைரா, தமது தாய், நபிகளாரைத் திட்டித் தீர்ப்பதாகக் கூறினார். 'உமது தாயாருக்கு நேர்வழி காட்டுமாறு இறைவனிடம் தாம் பிரார்த்திப்பதாக' ஆறுதல் கூறினார்.

(நபியே!) நன்மையும் தீமையும் சமமாகமாட்டா. மிகச் சிறந்த நன்மையைக் கொண்டு நீர் தீமையைத் தடுப்பீராக! அப்போது உம்முடன் கடும் பகைமை கொண்டிருந்தவர்கூட உற்ற நண்பராய் ஆகிவிடுவதைக் காண்பீர் (குர்ஆன் 41: 34)

கடுங்கோட்பாட்டாளருக்குக் காட்டப்பட்ட கருணை

எல்லா நிலைகளிலும் முஸ்லிமல்லாதார்களுடன் சமூக உறவைப் பேணுவதற்கே நபிகளார் வலுவான முயற்சிகளை மேற்கொண்டார் என்பதற்குச் சான்றாகும்.

முஸ்லிமல்லாத மக்களின் மாறுபட்ட கடவுள் கொள்கை அவர்களுடன் சமூகரீதியான உறவைப் பேணுவதற்குத் தடையாக இருக்கவில்லை என்பதையே நாம் இதுவரை பார்த்த நிகழ்வுகள் சுட்டிக்காட்டுகின்றன. நபிகளார் பின்வருமாறு அறிவுறுத்தினார்: 'யார் கருணையுடன் நடந்துகொள்கிறார்களோ அவர்களுக்கு இறைவனும் கருணை காட்டுகிறான். பூமியில் வாழ்வோரிடம் நீங்கள் கருணை காட்டினால் வானில் இருப்பவன் (இறைவன்) உங்களிடம் கருணை காட்டுவான்' (சுனன் அபூதாவூத்).

இந்த அடிப்படையில் இஸ்லாமிய மார்க்கத்தைப் பின்பற்ற வில்லை என்ற காரணத்திற்காக முஸ்லிமல்லாதார்களுடனான பொதுவான உறவுமுறைகளில் நபிகளார் எவ்வித பாரபட்சமான அணுகுமுறையையும் மேற்கொள்ளவில்லை. இதற்கு எடுத்துக் காட்டாகப் பல நிகழ்வுகளை மேற்கோள் காட்டலாம்.

நபிகளாரின் அன்புத் தோழர் அபூஹுரைரா அறிவிக்கிறார்: ஒருமுறை நபிகளார் தமது தோழர்களை நஜ்த் பகுதிக்கு

அனுப்பிவைத்தார். அந்தப் பகுதிக்குச் செல்லும் வழியில் முஸ்லிம்களுக்கு எதிராகத் தொடர்ந்து போர்புரிந்து மிகக் கொடுமையாகத் துன்புறுத்திக்கொண்டிருந்த யமாமா பகுதியின் தலைவர் சுமாமா என்பவரைப் பார்த்தவுடன் சுற்றி வளைத்து அவரைக் கைதுசெய்தார்கள் நபித்தோழர்கள். பிறகு அவரை மதீனாவிற்கு அழைத்துவந்து நபியின் பள்ளிவாசலில் காவலில் வைக்கின்றார்கள். நபிகளார் சுமாமாவைப் பார்க்க வருகிறார்.

அவரிடம் 'என்ன சொல்ல விரும்புகின்றீர்கள்?' என்று கேட்கிறார்.

சுமாமா, 'முஹம்மத் ஆகிய நீங்கள் என்னைக் கொன்று விட்டால் நான் தலைவன் என்பதால் எனது மக்கள் பழி தீர்க்க முன்வருவார்கள். ஆனால் நீங்கள் என்மீது கருணை காட்டினால், நான் அதற்கு எப்போதும் நன்றிக் கடனுடையவனாக இருப்பேன்' என்று பதிலளித்தார். நபிகளார் பதில் ஏதும் சொல்லாமல் சென்றுவிட்டார்.

இரண்டாவது நாள் மீண்டும் வந்த நபிகளார், 'சுமாமாவே, என்ன சொல்ல விரும்புகின்றீர்' என்று கேட்டார்.

சுமாமா, 'நேற்று சொன்னதைத்தான் நான் மீண்டும் சொல்ல விரும்புகிறேன். என் மீது கருணை காட்டினால் நான் என்றும் நன்றி மறக்காமல் இருப்பேன்' என்று பதிலளித்தார்.

நபிகளார் பதில் ஏதும் சொல்லாமல் அன்றும் சென்றுவிட்டார்.

மூன்றாவது நாள் மீண்டும் நபிகளார் வந்து சுமாமாவிடம் 'என்ன சொல்ல விரும்புகின்றீர்' என்று கேட்டார்.

சுமாமா மீண்டும், 'நான் முன்பு சொன்ன பதிலைத்தான் மீண்டும் சொல்கிறேன். நீங்கள் என் மீது கருணை காட்டினால் நான் என்றும் அதனை மறக்க மாட்டேன்' என்று பதிலளித்தார்.

சுமாமாவிற்கு விடுதலை

உடனே நபிகளார் சுமாமாவை விடுவிக்கும்படி கட்டளை யிட்டார். சுமாமா சுதந்திரமாக எங்கு வேண்டுமானாலும் அவருடைய சொந்த ஊருக்கும் செல்லலாம் என்று நபிகளார் அனுமதி அளித்தார்.

நபியின் பள்ளிவாசலைவிட்டு வெளியே வந்த சுமாமா அதன் அருகிலிருந்த ஒரு பேரீச்சைத் தோட்டத்திற்குச் சென்று

குளித்தார். பிறகு பள்ளிவாசல் திரும்பிவந்த அவர் இறுதித் தூதரின் திருக்கரம் பற்றி 'வணக்கத்திற்குரியவன் அல்லாஹ் வைத் தவிர வேறு யாரும் இல்லை. முஹம்மது அல்லாஹ்வின் திருத்தூதராக இருக்கிறார்' என்று இஸ்லாத்தைத் தமது வாழ்வியல் நெறியாக ஏற்றுக்கொள்ளும் பிரகடனத்தை மொழிந்தார். பிறகு நபிகளாரைப் பார்த்துச் சொன்னார்:

> நேற்றுவரை இவ்வுலகில் என்னால் மிகவும் வெறுக்கப்பட்ட முகமாக உங்கள் முகம் இருந்தது. ஆனால் இன்று இந்த உலகில் என்னால் மிகவும் நேசிக்கப்படும் முகமாக உங்கள் முகம் உள்ளது. இறைவன் மீது ஆணையிட்டுச் சொல்கிறேன் நேற்று வரை உங்கள் மார்க்கம்தான் எனக்கு மிகவும் வெறுப்பிற்கு உரியதாக இருந்தது. இன்று என்னால் மிகவும் நேசிக்கப்படும் மார்க்கமாக உங்கள் மார்க்கம் அமைந்துள்ளது. இறைவன் மீது ஆணையிட்டுச் சொல்கிறேன். உலகிலுள்ள நகரங்களில் என்னால் மிகவும் வெறுக்கப்பட்ட நகரமாக மதீனா இருந்தது. இன்று என்னால் மிகவும் நேசிக்கப்படும் நகரமாக மதீனா விளங்குகின்றது *(சுனன் அபூதாவூத்)*

மூன்று நாள்கள் நபியின் பள்ளிவாசலில் கைதியாக இருந்த வேளையில் முஸ்லிம்களைக் கொடுமைப்படுத்திவந்த சுமாமாவை முஸ்லிம்கள் நிந்திக்கவில்லை, சித்ரவதை செய்யவில்லை. இஸ்லாத்தைத் தழுவுமாறு கட்டாயப்படுத்தவும் இல்லை. முஸ்லிம்கள் விஷயத்தில் கடுங்கோட்பாட்டாளராக இருந்த ஒரு கைதியிடம் கருணையுடன் முஸ்லிம்கள் நடந்துகொண்டார்கள். இந்தக் கருணையின் உச்சமாக நபிகளார் அவரை நிபந்தனையின்றி விடுவித்தார். இது இஸ்லாத்தின் மீதும் இஸ்லாத்தின் இறைத் தூதர் மீதும் இஸ்லாமிய பேரரசின் தலைநகரமான மதீனாவின் மீதும் சுமாமாவிற்கு இருந்த வெறுப்பைக் கரைய வைத்தது.

முஸ்லிம்களைக் கருவறுக்கும் நோக்கத்துடன் செயல்படக் கூடியவர்கள் பலவீனமான முறையில் சிக்கினாலும் அவர்களிடம் கருணையுடன் பழகுவதன் அவசியத்தை இந்த நிகழ்வு நமக்கு எடுத்துக்காட்டுகின்றது.

அண்டைவீட்டு முஸ்லிமல்லாதார்

திருக்குர்ஆனில் இறைவன், 'முஸ்லிம்களைத் தலைசிறந்த

சமுதாயம்' என்று அழைக்கிறான். இறைவன் அளித்துள்ள இந்த மாபெரும் பொறுப்பை உணர்ந்து செயல்பட முஸ்லிம்கள் கடமைப்பட்டுள்ளார்கள்.

> மனிதர்களுக்காகத் தோற்றுவிக்கப்பட்ட சமுதாயத்தார்களில் மிக்க மேன்மையான சமுதாயமாக நீங்கள் இருக்கிறீர்கள். (ஏனெனில்)நன்மையை ஏவுகிறீர்கள், தீமையைத் தடுக்கிறீர்கள், அல்லாஹ்வை நம்புகிறீர்கள் (குர்ஆன் 3: 110).

முஸ்லிமல்லாதோருடனான சமூக உறவுகளை வலுப்படுத்தவும் சிறுபான்மையாக வாழும் முஸ்லிம்கள் கவனம் செலுத்த வேண்டும். அரசியல் லாபங்களுக்காக மக்களைப் பிளவுபடுத்தும் சக்திகள் கோலோச்சும் காலத்தில் வாழ்கிறோம் என்பதை முஸ்லிம்கள் மறந்துவிடலாகாது. தங்கள் முஸ்லிமல்லாத நண்பர்களின் வீடு களுக்குச் சென்று அல்லது வேலை இடத்திற்குச் சென்று அல்லது பொதுவான இடத்தில் அவர்களைச் சந்தித்து உறவை வலுப்படுத்த வேண்டும். அண்டை வீட்டில் வாழும் முஸ்லிமல்லாதோருடனும் சீரிய உறவை முஸ்லிம்கள் பேண வேண்டும்.

நபித்தோழர் அப்துல்லாஹ் இப்னு அம்ரு, தமது பணியாளரிடம் உளுஹிய்யா (தியாகத் திருநாளின் போது இறைவனுக்காகப் பலி கொடுக்கப்படும் ஆட்டின்) இறைச்சியைத் தனது அண்டை வீட்டில் வாழ்ந்த யூதருக்குக் கொடுக்குமாறு அறிவுறுத்தினார். அதை ஒன்றுக்கு மேற்பட்ட முறை வலியுறுத்தினார். அப்போது பணியாளர் 'ஏன் இவ்வளவு முக்கியத்துவம் அளிக்கிறீர்' என்று வினவினார். அப்போது அண்ணல் நபிகளார் கூறியதாக இப்னு அம்ரு சொன்னார்:

> வானவர் ஜிப்ரீல் அண்டை வீட்டாரின் உரிமைகளைக் பேணும்படி தொடர்ந்து அறிவுறுத்தினார். அண்டை வீட்டார்கள் சொத்தில் வாரிசுதாரர் ஆக்கப்படுவார்கள் என்று நான் நினைக்கும் அளவிற்கு அவர்களின் விஷயத்தில் நன்மையை நாடுமாறு எனக்கு வலியுறுத்தினார் (முஸ்லிம், அபுதாவூத்).

இங்கே கவனிக்க வேண்டிய முக்கிய அம்சம் என்னவெனில் தியாகத் திருநாள் அன்று முஸ்லிம்கள் அறுத்துப் பலியிடும் ஆட்டிறைச்சியை அண்டை வீட்டுக்காரராக இருக்கும் யூதருக்கு அளிக்குமாறு தமது ஊழியருக்கு வலியுறுத்துகிறார் நபித்தோழர்

அப்துல்லாஹ் இப்னு அம்ரு. அண்டை வீட்டுக்காரர் எந்தச் சமயத்தவராக இருந்தாலும் அவர்களுடன் நட்புடன் பழக வேண்டும் என்பதற்கு இது சிறந்த எடுத்துக்காட்டு.

அன்பளிப்புகளைப் பரிமாறுதல்

நபிகளார் முஸ்லிம் அல்லாதவர்களுக்கு அன்பளிப்புகளை அளித்துள்ளார்; முஸ்லிம் அல்லாதவர்களும் நபிகளாருக்கு அன்பளிப்புகளை வழங்கியுள்ளனர். நாமும் நபிகளாரின் இந்த வழிமுறையைக் கடைப்பிடித்து ஒருவருக்கொருவர் அன்பளிப்பு களைப் பரிமாறிக்கொள்ள வேண்டும்.

விழாக்களில் உறவைப் பேணுதல்

முஸ்லிமல்லாதாரின் திருமணங்களிலும் விழாக்களிலும் பங்கு கொள்வதும் உறவுகளைப் வலுப்படுத்தும். இதேபோல் இறப்பு நிகழ்வுகளிலும் பங்குகொள்ள வேண்டும். துயரமான நிகழ் வுகளின் போது முஸ்லிமல்லாதாரின் துக்கத்தில் பங்குகொள்ள வேண்டும் என்பதற்கு ஒரு சான்றாக ஹாரிஸ் இப்னு அபீ ரபீஆவின் தாயார் கிறிஸ்தவராக இருக்கும் நிலையில் மரணம் அடைந்தார். அவருடைய இறுதிச் சடங்கு நிகழ்ச்சியில் நபித் தோழர்கள் கலந்துகொண்டார்கள் என்ற நிகழ்வு சுட்டிக் காட்டுகின்றது.

முஸ்லிம்கள் திருமணம், பெருநாள் உள்ளிட்ட தங்கள் மகிழ்வான தருணங்களில் முஸ்லிமல்லாதரை அழைக்க வேண்டும். அன்பளிப்புகளைப் பகிர்ந்துகொள்வது நபிகளார் குறிப்பிட்டுள்ளது போல ஒருவருக்கொருவர் அன்பை வளர்க்கும். முஸ்லிமல்லாதார் அளித்த அன்பளிப்புகளை நபிகளார் ஏற்றுக் கொண்டார்.

இதே வழிமுறையை நபித்தோழர்களும் பின்பற்றினர். தங்களின் முஸ்லிமல்லாத நண்பர்களுக்கும் உறவினர்களுக்கும் அவ்வப்போது அவர்கள் அன்பளிப்புகளை வழங்கினார்கள்.

பிற சமயத்தாருடன் நபிகளார் கொண்டிருந்த உறவுமுறைகள் இந்தியாவில் முஸ்லிம்களுக்கு மட்டுமின்றி அனைத்துச் சமூகத் தினருக்கும் மிகப்பெரும் வழிகாட்டியாக அமைந்துள்ளன.

வகுப்புவாதம் கூடாது

இந்தியா போன்ற பன்மைச் சமூகத்தில் இனவெறியின் அடிப்படையில் இயங்குவது இயல்பான நடைமுறையாக இருக்கின்றது. ஆனால் இனவெறியின் அடிப்படையில் இயங்குவதை நபிகளார் கண்டித்துள்ளார்.

'ஒருவன் தன் சமூகத்து மக்களை நேசிப்பது இனவெறியாகுமா?' என ஒருவர் வினவினார். அதற்கு நபிகளார், 'இல்லை! மாறாக, மனிதன் தன் சமுதாயத்தார் (பிறர் மீது) கொடுமை செய்ய முற்படும்போது அவர்களுக்குத் துணைபுரிவதுதான் இனவெறியாகும்' என்றார் நபிகளார் (அபூதாவூத்).

'எவன் அநீதியான விஷயத்தில் தன் சமுதாயத்தினருக்கு உதவி புரிகின்றானோ அவன் கிணற்றில் விழுந்துகொண்டிருக்கும் ஒட்டகத்தின் வாலைப் பிடித்துக்கொண்டிருப்பவனைப் போன்றவனாவான். அந்த ஒட்டகத்துடன் சேர்ந்து அவனும் கிணற்றில் வீழ்வான்' என்றார் நபிகளார் (அபூதாவூத்).

(நீதி செலுத்துங்கள்! அது) உங்களுக்கோ உங்கள் பெற்றோருக்கோ நெருங்கிய உறவினருக்கோ பாதகமாக இருந்தாலும் சரியே! எந்தவொரு கூட்டத்தார் மீதும் நீங்கள் கொண்டுள்ள பகைமை உங்களை நீதியிலிருந்து பிறழச் செய்துவிடக்கூடாது (குர்ஆன் 4: 135, 5: 8)

(இன, மத, மொழி) வெறியின் அடிப்படையில் மக்களை அழைப்பவன் நம்மைச் சார்ந்தவன் அல்லன்; அதற்காகப் போராடுபவன் நம்மைச் சார்ந்தவன் அல்லன்; அதற்காக உயிரை விடுபவன் நம்மைச் சார்ந்தவன் அல்லன் என்றார் நபிகளார் (அபூதாவூத்).

ஒரு பன்மைச் சமூகத்தில் வாழும் போது முஸ்லிம் ஒருவர் வகுப்புவாதியாக, இன, மொழி வெறியராக மாறி மக்களைப் பிளவுபடுத்தும் வகையில் குரோத மனப்பான்மையில் செயல் படுவது நபிகளார் காட்டும் வழி இல்லை.

வதந்திகள் எச்சரிக்கை

திட்டமிட்டுப் பரப்பப்படும் வதந்திகள் சமூக நல்லிணக்கத்தைச் சீர்குலைக்கும் நாசகரச் செயல்பாடாகும். ஆனால் திருக்குர்ஆன்

வதந்திகள் குறித்துக் கடுமையாக எச்சரிக்கின்றது.

இறைநம்பிக்கை கொண்டவர்களே! தீயவன் ஒருவன் ஏதேனும் ஒரு செய்தியை உங்களிடம் கொண்டுவந்தால், அதன் உண்மை நிலையை நன்கு விசாரித்துத் தெளிவுபடுத்திக்கொள்ளுங்கள். நீங்கள் தெரியாத்தனமாக ஏதேனும் ஒரு கூட்டத்தினருக்குத் தீங்கிழைத்துவிட்டு பின்னர் உங்கள் செயலுக்காக வருந்தும் நிலை ஏற்பட்டுவிடக்கூடாது (குர்ஆன் 49: 6).

அமைதியளிக்கக்கூடிய அல்லது அச்சம் தரக்கூடிய ஏதேனும் செய்தி அவர்களிடம் வந்தால், அதனை அவர்கள் பரப்பி விடுகின்றார்கள். ஆனால் அதனை இறைத்தூதரிடமும், தம்மில் பொறுப்புள்ளவர்களிடமும் தெரிவித்திருப்பார்களேயானால், நுணுகி ஆராயும் திறனுடையவர்கள் அச்செய்தியின் உண்மை நிலையை நன்கு அறிந்திருப்பார்கள் (குர்ஆன் 4: 83).

சமூக வலைத்தளங்களில் வரும் செய்திகளையெல்லாம் நம்பி அவற்றின் உண்மைத் தன்மையை ஆய்வு செய்யாமல் நடவடிக்கைகளில் இறங்குவது பெரும் விபரீதங்களில் முடிகின்றது. இத்தகையப் போக்கின் விளைவை விவரிக்கும் திருக்குர்ஆன், செய்திகளின் உண்மைத் தன்மையை ஆய்வு செய்வதன் அவசியத்தை வலியுறுத்துகின்றது.

முன்னோர் வழி நடப்போம்

இந்திய முஸ்லிம்கள் தங்களிடையே வாழும் அபூதாலிப்கள், நஜ்ஜாஷிகள், அப்துல்லாஹ் பின் உரைக்கித் போன்றவர்களை அடையாளம் காண வேண்டும். அவர்களின் நட்பும் உதவியும் மிக மிகத் தேவை என்பதை உணர வேண்டும்.

அபிசீனியாவில் தங்களுக்கு அடைக்கலம் தந்த மன்னர் நஜ்ஜாஷியை எதிர்த்து ஒருவன் கலகம் புரிந்த போது நஜ்ஜாஷி போரில் வெற்றி பெற வேண்டும் என்று பிரார்த்தனை புரிந்தார்கள் நபித்தோழர்கள்.

இந்தியாவில் பன்முகச் சமூகத்தில் முஸ்லிம்கள் வாழும் போது அனைத்துத் தரப்பினருடன் நல்லுறவுடன் வாழ்வதற்கு வழி காட்டியாக அமைந்துள்ளது நபிகளாரின் முழுமையான வாழ்வு. நபிகளாரின் வழி நிற்போம். நல்லுறவால் நலம் பெறுவோம்;

பலம் பெறுவோம்; முன்னோர்களின் வழி நடப்போம்; மனித நேயத்தால் எல்லை கடப்போம் என்று முஸ்லிம்கள் உறுதி எடுத்துக்கொள்ள வேண்டும்.

நபிகளார் கூறினார்: 'இறைநம்பிக்கையாளன் நேசத்தின் சிகரமாவான். மக்களை நேசிக்காதவனிடமும், மக்களால் நேசிக்கப் படாதவனிடமும் எந்த நன்மையும் இல்லை' *(பைஹகி).*

12

அறப்பணிகளில் வளரும் சமூக உறவுகள்

சமூக உறவுகளை வலுப்படுத்துவதில் அறத்தொண்டுகளும் தன்னார்வப் பணிகளும் பெரும்பங்கு வகிக்கின்றன. அறப் பணிகளின் வழியாக சமூக உறவுகளை வளர்க்கும் பல வழிமுறை களை இஸ்லாம் வகுத்துக் கொடுத்துள்ளது. சமூக உறவுகளை மேம்படுத்த இரக்க உணர்வும் கருணைப் பார்வையும் இயல்பான பண்புகளாய் இருக்க வேண்டுமென நபிகளார் வலியுறுத்தியுள்ளார்.

அறச்செயல்களைத் தன் விருப்பத்துடன் செய்யும் செயலாகக் கருதாமல், அவற்றில் சிலவற்றை ஒரு கடமையாகவே செய்ய கட்டளையிட்டுள்ளது இஸ்லாம்.

மக்களுக்குப் பண உதவி அல்லது தொண்டு வாயிலாக உதவும் மனிதநேயப் பணிகள், முஸ்லிம்கள் நிறைவேற்ற வேண்டிய இன்றியமையாத மார்க்கப் பணிகள் என்றே சொல்லலாம். மனித நேயத் தொண்டுகளுக்கான வரைமுறைகளைக் கூறி முறைப் படுத்தி அவற்றை நிறைவேற்றுவதற்கு வலியுறுத்தும் வசனங்கள் திருக்குர்ஆனிலும் நபிமொழிகளிலும் ஏராளமாக உள்ளன.

மனிதநேயப் பணிகளில் ஈடுபடுவது இறைவனின் பொருத்தத் தைப் பெற்றுத் தரும் செயலாகவும், பாவங்களை அழிக்கும் அறமாகவும் தண்டனைகளிலிருந்து தப்பிக்கும் வழியாகவும் முஸ்லிம்களுக்கு அறிவுறுத்தப்பட்டுள்ளன. உடன் வாழும் சக மனிதர்களுக்குச் செய்யும் அறத்தொண்டுகள் இறைவனின் கருணையைப் பெற்றுத் தந்து அதன் மூலம் சுவனத்தையும் வசமாக்கும் வல்லமை அளித்திடும். இது அறப்பணிகள் செய்ய முனையும் முஸ்லிம்களுக்குப் பெரும் உந்துதலாகவும் அமைகிறது.

செல்வந்தர்கள், வறியவர்கள் என்ற வேறுபாடில்லாமல் அனைத்து முஸ்லிம்களும் மனிதநேயப் பணிகளில் ஈடுபடுவதை இஸ்லாம் ஒரு மார்க்கக் கடமையாகவே ஆக்கியுள்ளது. இதற்குத் திருக்குர்ஆனிலும் நபிமொழிகளிலும் பல சான்றுகள் உள்ளன.

'சுவனத்திற்குள் முதலில் நுழைபவர்கள் அறப்பணிகளில் ஈடுபடுபவர்களே' என்றார் நபிகளார் (புகாரி).

'சிறைவாசிகள் விடுதலை பெற உதவுவது, பசித்தோருக்கு உணவு அளிப்பது, நோயாளிகளைக் கவனிப்பது' என அறப்பணிகளைப் பட்டியலிடுகிறார் நபிகளார் (புகாரி).

ஏழைகள், ஆதரவற்றவர்கள், அடிமைகள் ஆகியோருக்கு உதவாதவர்களைக் கடுமையாகக் கண்டிக்கும் வசனங்களும் நபிமொழிகளும் உள்ளன. அறப்பணிகள் ஆற்றுவதை வெறும் வார்த்தைகளாக மட்டும் திருக்குர்ஆன் வசனங்களும் நபிமொழி களும் கூறவில்லை. மனிதநேயத் தொண்டுகளுக்குச் செயல் வடிவம் அளிப்பதற்கான வழிவகைகளையும் இஸ்லாம் வகுத்துள்ளது (எடுத்துக்காட்டு: ஜகாத்). இத்தகைய செயல் வடிவங்கள் மிக நுட்பமாக வடிவமைக்கப்பட்டுள்ளன.

துன்பத்தில் உழலும் முஸ்லிம்களுக்கு மட்டுமல்ல, மத இன வேறுபாடுகளுக்கு அப்பாற்பட்டு அனைத்து மக்களுக்கும் தொண்டாற்றுவதைத் திருக்குர்ஆனும் நபிமொழிகளும் வலியுறுத்தியுள்ளன. இதற்கும் ஏராளமான செயல்ரீதியான சான்றுகள் உள்ளன. நபிகளார் வாழ்ந்த காலத்தில் மோடார் என்ற ஊரில் கடும் பஞ்சம் நிலவியது. அங்கு வாழ்ந்து வந்தவர்கள் அனைவரும் முஸ்லிம்கள் அல்லர். அவர்களுக்கு உதவுவதற்கு ஒரு வண்டித் தொடர் மூலம் உணவுப் பொருள்களை நபிகளார் அனுப்பி வைத்தார்.

அப்போது நபிகளார் கூறினார்: 'மனிதகுலம் முழுவதும் அல்லாஹ்வின் குடும்பமாகும். மனிதகுலத்திற்கு அதிக நன்மை செய்பவர்தான் அல்லாஹ்விடத்தில் அதிக அன்பிற்குரியவராவார்' (மிஷ்காத்).

'கருணை புரிபவர்கள் மீது, கிருபையுள்ள இறைவன் கருணையைப் பொழிகின்றான். (எனவே நீங்கள்) பூமியில் இருப்பவர் மீது கருணை புரியுங்கள்; ஈடாக வானத்தில்

இருப்பவன் உங்கள் மீது கருணையைப் பொழிவான்' என்றும் நபிகளார் அறிவுறுத்தினார் (திர்மிதி).

நபிகளார் கூறினார்: 'நீங்கள் பிறர் மீது கருணை புரியாவிட்டால் ஒருபோதும் இறைநம்பிக்கை கொண்டவராக ஆக மாட்டீர்கள்.' இதைக் கேட்ட நபித்தோழர்கள் விம்மினார்கள். 'இறைத் தூதரே! நம்மில் ஒவ்வொருவரும் கருணை புரிந்துகொண்டு தானே இருக்கின்றனர்' என்று கேட்டனர். அதற்கு அண்ணலார் பதிலளித்தார். 'இங்கு கருணைபுரிவது என்பது ஒருவருக் கொருவர் பரிவுகொள்வது. உங்களுக்கு இடையிலும் உங்களுக்கு நெருக்கமானவர்களிடையிலும் நீங்கள் புரியும் கருணையைக் குறிப்பிடவில்லை. மாறாக, மனித இனத்தில் ஒவ்வொரு பொது மனிதனுடனும் நீங்கள் கருணைபுரிய வேண்டும் என்பதுதான் இங்கு வலியுறுத்தப்படுகிறது- அப்போதுதான் நீங்கள் நம்பிக்கைக்கொண்டவராக விளங்க முடியும்' (தப்ரானி).

ஆக, ஒரு முஸ்லிம் சக மனிதனைத் தனது உறவுக்காரர், தனது கொள்கையுடையவர், பக்கத்து வீட்டுக்காரர், ஊர்க்காரர் என்ற குறுகிய வட்டத்திற்குள் நிறுத்திப் பார்க்காமல் அனைவருக்கும் சேவை செய்ய வேண்டும் என்பதற்கு இந்த நபிமொழிகள் சிறந்த எடுத்துக்காட்டுகளாகும். முஸ்லிமல்லாத மக்களும் சேவைகளைப் பெறுவதற்குத் தகுதியானவர்களே என்பதை மேலே விவரித்த நபிமொழிகள் ஐயமற எடுத்துக்காட்டுகின்றன.

முஸ்லிம்களின் இறைநம்பிக்கை அவர்கள் உள்ளத்தில் மட்டும் நிலைக்காமல் அது செயல்வடிவம் பெற வேண்டும் என்பதே இஸ்லாத்தின் கோட்பாடு. திருக்குர்ஆனில் இறைநம்பிக்கை தொடர்பாக குறிப்பிடப்படும்போது அதனைத் தொடர்ந்து அதற்கான செயல்வடிவமும் குறிப்பாக அறப்பணிகள் செய்வது வலியுறுத்தப்படுகின்றது.

'எவர்கள் இறைநம்பிக்கை கொண்டும் நற்செயல்கள் புரிந்து கொண்டும்' என்ற சொற்றொடர் திருக்குர்ஆனில் பல இடங்களில் குறிப்பிடப்பட்டுள்ளது. எடுத்துக்காட்டாக:

எவர்கள் நம்பிக்கைகொண்டவர்களாக இருப்பதுடன், நற்செயல்களையும் செய்து வருகிறார்களோ அவர்களுக்கே

நற்பேறும் நல்ல இருப்பிடமும் உண்டு *(குர்ஆன் 13:29).*

காலத்தின் மீது சத்தியமாக! மனிதன் உண்மையில் நஷ்டத்தில் இருக்கிறான். ஆனால், எவர்கள் இறைநம்பிக்கை கொண்டும், நற்செயல்கள் புரிந்துகொண்டும் மேலும், ஒருவருக்கொருவர் சத்தியத்தை எடுத்துரைத்தும் பொறுமையைக் கடைப்பிடிக்கு மாறு அறிவுரை கூறிக்கொண்டும் இருந்தார்களோ அவர்களைத் தவிர! *(குர்ஆன் 103: 3).*

ஜகாத்-சமூக முன்னேற்றத்திற்கான வழி

இஸ்லாத்தின் அடிப்படைக் கடமைகளில் ஒன்றாக ஜகாத் விளங்குகின்றது. ஐவேளை தொழுவது போல், ரமளான் மாதத்தில் நோன்பு கடைப்பிடிப்பது போல், மக்காவிற்கு ஹஜ் பயணம் மேற்கொள்வது போல் முஸ்லிம்கள் நிறைவேற்ற வேண்டிய கட்டாயக் கடமையாக ஜகாத் விளங்குகின்றது. ஏழைவரி என்பதும் கட்டாய தர்மம் என்பதும் சரியான தமிழ்ப் பொருள் எனலாம்.

ஜகாத் என்பது செல்வந்தர்களிடமிருந்து ஏழைகளுக்கும் தேவையுடைய மக்களுக்கும் செல்வத்தைக் கொண்டு சேர்க்கும் ஒரு சரியான முறைமை ஆகும்.

ஒரு முஸ்லிமுடைய வருடாந்திர சேமிப்பு 85 கிராம் தங்கத்தின் மதிப்பைவிட அதிகமாக இருக்கும் நிலையில் அவர் அதில் 2.5 விழுக்காட்டை ஏழைகளுக்கும் தேவையுடையோருக்கும் வழங்குவதுதான் ஜகாத். தங்கம், வெள்ளி, ரொக்கம் மட்டுமின்றி வேளாண் பொருள்கள் மீதும் ஜகாத் கடமையாக்கப்பட்டுள்ளது.

தொழுகையையும் ஜகாத்தையும் இணைத்து திருக்குர்ஆனில் முப்பது வசனங்கள் உள்ளன. எடுத்துக்காட்டாக: 'அவர்களோ தொழுகையை நிலைநிறுத்துகிறார்கள். ஜகாத்தைக் கொடுக் கிறார்கள். மேலும், மறுமையை உறுதியாக நம்புகின்றார்கள் *(குர்ஆன் 31: 4).*

ஜகாத் கட்டாயக் கடமை என்பதை நபிகளார் தமது பிரதிநிதி யாகத் தோழர் முஆத் என்பவரை யேமன் நாட்டிற்கு அனுப்பிய போது விடுத்த கட்டளை மேலும் உறுதிப்படுத்துகின்றது: 'செல்வந்தர்களிடமிருந்து தர்மத்தை எடுத்து ஏழைகளுக்கு

வழங்குவதை இறைவன் கட்டாயமாக்கியுள்ளான் என்பதை அவர்களுக்குத் தெரிவியுங்கள்' என்று நபிகளார் குறிப்பிட்டார்.

அன்றைய முஸ்லிம் ஆட்சியாளர்கள் சில சந்தர்ப்பங்களில் அதிகாரத்தைப் பயன்படுத்தி ஜகாத்தைத் திரட்டவும் அதனை விநியோகிக்கும் பணிகளிலும் ஈடுபட்டார்கள்.

ஜகாத் ஒரு மார்க்கக் கடமை மட்டுமின்றி அது ஏழைகளின் உரிமை என்றும் திருக்குர்ஆன் குறிப்பிடுகின்றது. சான்றாக, இன்னும்,

அவர்களுடைய செல்வங்களில் கேட்போருக்கும் கேட்காதோருக்கும் உரிமையுண்டு (குர்ஆன் 51: 19).

ஜகாத் வறியவர்களின் உரிமை என்பதை மற்றொரு வசனமும் உறுதிசெய்கின்றது.

அவர்களுடைய செல்வங்களில் நிர்ணயிக்கப் பட்ட உரிமை இருக்கிறது (குர்ஆன் 70: 24)

நிர்ணயிக்கப்பட்ட உரிமை என்ற சொற்பதம் குறிப்பது, ஜகாத் என்பது மனநிலைக்கு ஏற்ப அளிக்கப்படும் தர்மம் அல்ல; மாறாக திட்டமிட்டு முறையாகக் கணக்கிடப்பட்டு ஒரு குறிப்பிட்ட விகிதத்தில் வழங்கப்பட வேண்டிய தொகை என்பதை உணர்த்து கின்றது.

ஜகாத்தை வசூலிப்பதற்கும் விநியோகிப்பதற்கும் ஒரு நிறுவன அமைப்பு உருவாக்கப்பட்டது போல் ஜகாத்தை கணக்கிடுவதற்கும் ஒரு முழுமையான அறிவியல் முறைமையும் உருவாகியது. தங்கம், வெள்ளி, வியாபாரம், கால்நடைகள், விவசாயம், சுரங்கம் என்று பலதரப்பட்ட சொத்துகளின் சேமிப்பிற்கு எவ்வாறு ஜகாத் கணக்கிடவேண்டும் என்று இந்த அறிவியல் முறைமை வழி காட்டுகின்றது.

ஜகாத் பெறத் தகுதிபெற்றவர்கள் என்று எட்டு வகை யினரைத் திருக்குர்ஆன் அடையாளப்படுத்துகின்றது.

தர்மங்களெல்லாம், (1) வறியவர்களுக்கும், (2) ஏழைகளுக்கும், (3) அதற்காக (வசூல் செய்வது, கணக்கிடுவது போன்ற வேலைகளில்) உழைப்பவர்களுக்கும், (4) எவர்களின் இதயங்கள் அன்பு செலுத்தப்பட வேண்டுமோ அத்தகையோருக்கும்,

(5) இன்னும் அடிமைகளை விடுதலை செய்வதற்கும், (6) கடனில் மூழ்கியவர்களுக்கும், (7) அல்லாஹ்வுடைய பாதையில் செலவழிப்பதிலும், (8) வழிப்போக்கருக்கும் உரித்தானதாகும். (இது) அல்லாஹ் ஏற்படுத்திய கடமையாகும், மேலும், அல்லாஹ் நன்கறிகிறவன். தீர்க்கமான அறிவுடையவன் (குர்ஆன் 9: 60).

ஒருவருக்கு வழங்கப்படும் ஜகாத் அவரைச் செல்வந்தராக ஆக்குவதற்கு உதவும் அளவில் அமைய வேண்டும் என்று இரண்டாம் கலீஃபாவான நபித்தோழர் உமர் குறிப்பிட்டார். எனவே ஒருவருக்குக் கணிசமான அளவில் ஜகாத் வழங்குவது சிறப்பானதாகும்.

ஜகாத் சமூக ஒருமைப்பாட்டை வலுப்படுத்தியதுடன் ஏழைகளின் வாழ்வாதார நிலையை உயர்த்தியது எனும் ஒருமித்த கருத்தை வரலாற்றாய்வாளர்கள் வெளிப்படுத்தியுள்ளனர். குறிப்பாக, நபிகளாரின் பணிகள் தொடங்கிய 30 ஆண்டுகளுக்குள் அடிமைமுறை ஒழிந்ததற்கு ஜகாத் முக்கியக் காரணியாக அமைந்தது என்றும் அவர்கள் குறிப்பிடுகிறார்கள். சமூகத்தின் பொருளாதார வாழ்வியல் மேம்பாட்டிற்கான ஒரு சீரிய திட்டமாக ஜகாத் விளங்குகின்றது.

பாவங்களுக்குப் பரிகாரமாக ஈகை

தவறிழைப்பது மனித இயல்பு என்று இஸ்லாம் கருதுகின்றது. இறைவனுடனான தனது தொடர்பிலும் மனிதர்கள், விலங்கினங்கள், தாவரங்கள் உள்ளிட்ட இறைவனின் படைப்புகளுடனான உறவுகளிலும் மனிதன் தவறிழைப்பது இயல்பானது.

இந்த நிலையில் மனிதன் தனது தவறுகளைத் திருத்திக் கொள்வதற்கு சில வழிமுறைகளைக் கற்பித்துக் கொடுக்கின்றது இஸ்லாம். பாவமன்னிப்புக் கோருதல், சட்டத்திற்குக் கீழ்ப்படிதல், மற்றவர்களுக்கு ஏற்பட்ட இழப்புகளுக்கு இழப்பீடு அளித்தல் முதலியவை பாவங்களை அழிக்க உதவும் பரிகாரங்களாகப் பரிந்துரைக்கப்பட்டுள்ளன.

அறத் தொண்டுகள் மூலம் பாவங்களைக் கரைப்பதற்கான ஒரு முறைமையை இஸ்லாம் உருவாக்கியது. இதை நபிகளார்,

‘நெருப்பைத் தண்ணீர் அணைப்பது போல் தானம் பாவங்களை அழித்துவிடுகின்றது’ என்று குறிப்பிட்டார் (புகாரி).

சத்தியம் செய்துவிட்டுப் பின்னர் அதனை முறித்தால் என்ன பரிகாரம் செய்ய வேண்டும் என்பதைப் பின்வரும் திருக்குர்ஆன் வசனம் எடுத்துரைக்கின்றது:

> உங்களின் வீணான சத்தியங்களைக்கொண்டு அல்லாஹ் உங்களை (க் குற்றம்) பிடிப்பதில்லை. எனினும், (யாதொன்றை) உறுதிப்படுத்த நீங்கள் செய்யும் சத்தியத்தைப் பற்றி (அதில் தவறு செய்தால்) உங்களைப் பிடிப்பான் (அதில் தவறு ஏற்பட்டுவிட்டால்) அதற்குப் பரிகாரமாவது: நீங்கள் உங்கள் குடும்பத்தினருக்குக் கொடுத்துவரும் உணவில் மத்திய தரமான உணவைப் பத்து ஏழைகளுக்கு அளிக்க வேண்டும்; அல்லது (அவ்வாறே) அவர்களுக்கு ஆடையளிக்க வேண்டும். அல்லது ஓர் அடிமையை விடுதலை செய்யவேண்டும் (பரிகாரமாகக் கொடுக்கக்கூடிய இவற்றில் எதனையும்) எவரும் பெற்றிருக்கா விட்டால் அவர் மூன்று நாள்கள் நோன்பு நோற்க வேண்டும். (உங்கள் சத்தியத்தை நிறைவேற்ற முடியாவிட்டால்) நீங்கள் செய்த சத்தியத்திற்குரிய பரிகாரம் இதுதான்.
>
> எனினும், நீங்கள் உங்கள் சத்தியங்களை (மிகவும் எச்சரிக்கை யுடன் பேணி)க் காப்பாற்றிக்கொள்ளுங்கள். நீங்கள் அல்லாஹ்வுக்கு நன்றி செலுத்துவதற்காக அவன் தன்னுடைய வசனங்களை இவ்வாறு உங்களுக்கு விவரி(த்து)க் (கூறு) கின்றான் (குர்ஆன் 5: 89).

ரமளானில் முஸ்லிம்களுக்கு விதிக்கப்பட்டுள்ள கட்டாய நோன்பை வேண்டுமென்றே விட்டுவிடுபவர்கள் 60 நாள்கள் தொடர்ச்சியாக நோன்பு நோற்க வேண்டும் அல்லது 60 ஏழை களுக்கு உணவு அளிக்க வேண்டும். இவ்வாறு செய்யப்படும் பரிகாரம் அரபுமொழியில் கஃப்பாரா (பாவங்களை அழித்தல்) என்றழைக்கப்படுகின்றது.

முஸ்லிம் ஒருவர் உடல்நலக் குறைவால் நோன்பை விட்டு விட்டாலோ, ஹஜ் கடமையின் போது சில சடங்குகளை நிறை வேற்ற இயலாத சூழல் ஏற்பட்டாலோ அதற்கும் இதுபோன்று பரிகாரம் பரிந்துரைக்கப்படுகிறது.

வக்ஃப்-சமூக உறவில் பெரும் பங்கு

வக்ஃப் (தொடர்ச்சியான தர்மம்) என்பது, சொத்தை வேறு யாருக்கும் இனி மாற்றமுடியாத வகையில் பொது நன்மைக்காக இறைவன் பெயரில் அர்ப்பணிப்பது ஆகும். இவ்வாறு அர்ப்பணிக்கப்படும் சொத்து தொடர்ச்சியாகப் பலன்தரக்கூடிய ஒன்றாக இருக்க வேண்டும். வக்ஃப் குறித்த நபிகளாரின் அறிவுறுத்தல்கள் ஏராளமாக உள்ளன.

மனிதன் இறந்துவிட்டால், அவனுடைய மூன்று செயல்களைத் தவிர மற்ற அனைத்தும் நின்றுவிடுகின்றன; 1. நிலையான அறக்கொடை (ஸதகத்துல் ஜாரியா) 2. பயனுள்ள கல்வி. 3. அவனுக்காகப் பிரார்த்திக்கும் (அவனுடைய) நல்ல குழந்தை என்று நபிகளார் குறிப்பிட்டார் (முஸ்லிம்).

நீண்ட காலம் பயன் தரும் நற்செயல்கள் அனைத்தும் தொடர்ச்சியான தானமாகக் கருதப்படுகின்றது. இரண்டாம் கலீஃபா நபித்தோழர் உமருக்கு மிகவும் பிடித்தமான ஒரு நிலம் இருந்தது. அதனைத் தானமாக அளிக்க விரும்பினார். இதற்காக நபிகளாரின் வழிகாட்டலைப் பெறுவதற்குச் சென்றார். 'நீங்கள் விரும்பினால் அந்த சொத்தை வக்ஃப் செய்யுங்கள். அதிலிருந்து வரும் வருவாயை நன்கொடையாக அளியுங்கள். ஆனால் அந்த சொத்தை இனி விற்பனை செய்ய இயலாது, யாருக்கும் அன்பளிப்பாக அளிக்க இயலாது அல்லது உங்கள் வாரிசுகளால் சுவீகாரம் பெற இயலாது' என்று நபிகளார் குறிப்பிட்டார்.

நபிகளாரின் தோழர்களில் சுமார் 80 பேர் இவ்வாறு தமது சொத்துகளை 'வக்ஃப்' செய்தனர். இதன் பிறகு பொது நன்மைக்காக தமது சொத்துகளை வக்ஃப் செய்வது முஸ்லிம் சமூகத்தில் மிகப் பெரும் அளவில் பெருகியது. முஸ்லிம் நாடுகளில் வக்ஃப் சொத்துகளை நிர்வாகம் செய்வதற்காகத் தனி அமைச்சகங்கள் செயல்பட்டு வருகின்றன.

குடிநீர் வசதி ஏற்படுத்தித் தருவது, வாடகை தர முடியாத நிலையிலுள்ள ஏழைகளுக்கு வீடு கட்டிக் கொடுப்பது, பயணிகளுக்கு இலவச தங்கும் விடுதிகள், உணவகங்கள் அமைப்பது, மக்களுக்குப் பலனளிக்கும் பாலங்கள், சாலைகள்

அமைப்பது, ஏழைகளின் இறுதிச் சடங்குகளை நிறைவேற்றுவது, அடக்கவிடங்களைப் பராமரிப்பது, மாற்றுத் திறனாளிகளுக்கும் சிறைவாசிகளுக்கும் உதவுவது, ஆதரவற்றோர் இல்லம் அமைப்பது, பள்ளி வாசல்கள் கட்டிப் பராமரிப்பது, குழந்தை களுக்குப் பால் வழங்குவது முதலிய சேவைகளுக்கு வக்ஃப் சொத்துகளின் வருவாய் பயனளிக்க வேண்டும். இதுபோன்ற பல்வேறு மனித நேயப் பணிகளுக்கு வக்ஃப் சொத்துக்கள் பயனளித்து வருகின்றன.

வக்ஃப் சொத்துகளின் பயன்பாடுகளில் கல்விக்கூடங்கள், மருத்துவமனைகள் நடத்துவதும் உள்ளடங்கும். வக்ஃப் திட்டத்தின் காரணமாக 10 நூற்றாண்டுகளுக்கு முன்பு வக்ஃப் பள்ளிக்கூடங்கள் இன்றைய நவீன பள்ளிக்கூடங்கள் போல் செயல் பட்டன. வகுப்பறைகள், நூலகம், உணவகம், ஆசிரியர் அறை, மாணவர் விடுதிகள் உள்ளிட்ட வசதிகளுடன் அத்தகைய பள்ளிகள் செயல்பட்டன. பள்ளி இயக்குநருக்கான இல்லமும் விளையாட்டுத் திடலும் அந்தப் பள்ளிக்கூடங்களில் செயல்பட்டன. ஆசிரியர் களுக்கான ஊதியமும் வக்ஃப்பினால் வழங்கப்பட்டது.

சுகாதாரத் துறையிலும் வக்ஃப் அற்புதமான தொண்டுகளை ஆற்றியது. இல்லம் தேடி மருத்துவம் என்ற முறையில் கிராமம் தோறும் நடமாடும் மருத்துவமனைகள் செயல்பட்டன. ஸ்பெயினில் முஸ்லிம்கள் ஆட்சி செய்தபோது ஐம்பது உயர்தர மருத்துவமனைகள் செயல்பட்டன. அறுவை சிகிச்சை, கண் சிகிச்சை, மனநல மருத்துவம், விபத்துப் பிரிவு என்று பல்வேறு துறைகள் இயங்கின. ஒவ்வொரு பிரிவிலும் மூத்த மருத்துவர்கள், செவிலியர்கள் பணியாற்றினர். மருத்துவர்களுக்கு வேலை நேரமும் நிர்ணயிக்கப்பட்டது. ஆனால் மருத்துவமனை 24 மணிநேரமும் செயல்பட்டது.

விலங்கினங்களுக்கு மருத்துவ சிகிச்சை அளிக்கும் வக்ஃப் களும் செயல்பட்டன. இதற்குப் பின்வரும் நபிமொழிகள் துண்டுதலாக அமைந்தன. நபிகளார் கூறினார்:

ஒரு மனிதன் காட்டில் நடந்து சென்றுகொண்டிருந்தான். அவனுக்குக் கடுமையான தாகம் ஏற்பட்டது. அங்கு ஒரு கிணற்றைக் கண்டான். அதனுள் இறங்கி நீர் அருந்தினான்.

தாகம் தீர அருந்தியதும் மேலே வந்தான். அங்கு நாயொன்று தாகத்தின் கொடுமையால் தரையை நக்கிக்கொண்டிருந்தது. அப்போது அந்த மனிதன் 'நாம் எவ்வாறு தாகத்தால் துடித்துக் கொண்டிருந்தோமோ அவ்வாறுதானே இந்த நாயும் தாகத்தால் துடித்துக்கொண்டிருக்கிறது' என்று தன் மனதினுள் எண்ணினான். உடனே கிணற்றில் இறங்கி தனது செருப்பில் நீர் நிரப்பிக் கொண்டு வெளியே வந்து அந்த வாயில்லாப் பிராணிக்குத் தண்ணீர் புகட்டினான். அல்லாஹ் அவனது இந்தப் பணியைப் பெரிதும் மதித்தான். அவனது பாவங்களை மன்னித்தான்.

அப்போது தோழர்கள் நபிகளாரிடம் கேட்டார்கள்: 'பிராணி களுக்குச் சேவை செய்தாலும் நன்மை உண்டா?'

நபிகளார் பதிலளித்தார்: 'ஈரமான ஈரலையுடைய எந்த ஒன்றுக்கு அதாவது எந்த உயிர்பிராணிக்குச் சேவை செய்தாலும் நற்கூலி உண்டு!' *(புகாரி, முஸ்லிம்).*

இதில் எவ்வளவு நுட்பமான பொருள் ஒளிந்திருக்கிறது என்பதைப் பாருங்கள்.

ஒரு தனிநபர் தனக்கு அறிமுகமில்லாதவர்களுக்கும் காலம் தோறும் உதவிடும் ஒரு புரட்சிகர சமூக நல்வாழ்வுத் திட்டமாக நபிகளார் அறிமுகப்படுத்திய வக்ஃப் முறைமை அமைந்தது.

தானங்கள் பலவிதம்

அரபுமொழியில் தானம் என்ற சொல் சதகா என்று அறியப் படுகின்றது. சதகா என்ற அரபுச் சொல்லின் மூலம் தஸ்திக் என்பதாகும். தஸ்திக் என்றால் 'நிரூபித்தல்' அல்லது 'அத்தாட்சி' என்று பொருள். எனவேதான் நபிகளார் 'தானம் வழங்குவது ஒரு அத்தாட்சி' என்று குறிப்பிட்டார். தனது இறைநம்பிக்கையை ஏழைக்கு உதவியது மூலம் நிரூபித்த அத்தாட்சியாக தானம் வழங்குவது அமைந்துள்ளது. இறைவன் மீதான அன்பின் அடையாளமாகவும், பொருளாசை கொண்டுள்ள இதயத்தைத் தூய்மைப்படுத்தும் வழியாகவும் தானம் அளித்தல் அமைந் துள்ளது.

'தானங்களில் சிறந்தது பசித்தோருக்கு உணவு வழங்குதல்' என்றார் நபிகளார் *(புகாரி).*

நபிகளார் கூறினார்: விதவைகளுக்கும் ஏழைகளுக்கும் உதவுவதற்காக முயற்சி செய்பவர் அல்லாஹ்வின் பாதையில் போர்புரிபவனைப் போன்றும், இரவில் விழித்து நின்று வணங்குபவரைப் போன்றும், பகலில் நோன்பு நோற்பவரைப் போன்றும் உள்ளார்' (புகாரி, முஸ்லிம்).

பசியைப் போக்குவதை முஸ்லிம் சமுதாயத்தின் அனைத்து உறுப்பினர்களின் இன்றியமையாத கடமை என இஸ்லாம் வலியுறுத்தியுள்ளது. நபிகளார் கூறினார்: 'ஒரு சமூகத்தில் பசியால் ஒருவர் உயிரிழந்தால் அந்தச் சமூகத்தில் வசிக்கும் அனைத்து நபர்களும் இறைவனின் அவனது தூதரின் பாதுகாப்பு வளையத்திலிருந்து விலகிவிடுகின்றனர்' (ஹாக்கிம்).

தங்களிடையே வாழும் ஒருவரின் பசியைப் போக்க நடவடிக்கை எடுக்காத அந்தக் குறிப்பிட்ட சமூகத்தின் உறுப்பினர்கள், இறைவனின், அவனது தூதரின் பாதுகாப்பிலிருந்து அப்புறப்படுத்தப்படுகின்றார்கள் என்று நபிகளார் அறிவித்திருப்பது பசியைப் போக்கும் தொண்டு முஸ்லிம்கள் மீது கண்டிப்புடன் கட்டாயமாக்கப்பட்டுள்ளதைச் சுட்டிக் காட்டுகின்றது.

இரண்டாம் கலீஃபாவான நபித்தோழர் உமரின் ஆட்சியின் போது கடுமையான பஞ்சம் ஏற்பட்டது. பஞ்சம் நிலவாத மாகாணங்களின் ஆளுநர்கள், தங்கள் பகுதியிலிருந்து உணவுப் பொருள்களைத் திரட்டி, பாதுகாப்பான வாகன அணிவகுப்புகளில் அனுப்பி வைக்க உத்தரவிட்டார். பஞ்சத்தால் பாதிக்கப்பட்ட மக்களுக்கு உமர் நேரடியாகப் பொருள்களை விநியோகம் செய்யும் பணியில் ஈடுபட்டார். அப்போது அவர் 'இந்தப் பஞ்சம் தொடருமேயானால் செல்வம் உள்ள ஒவ்வொரு முஸ்லிம் குடும்பத்திலும் பசியில் தவிக்கும் மனிதனை இணைப்போம்' என்று குறிப்பிட்டார்.

தனது உணவைப் பகிர்ந்து அளிக்க மறுக்கும் ஒருவரை இஸ்லாத்தின் வளையத்திலிருந்து விலகுபவர் என்ற அறநெறி முறையும் வகுக்கப்பட்டுள்ளது.

'தனது அண்டை வீட்டுக்காரர் பசியுடன் இருக்கிறார் என்று அறிந்தும் வயிறு நிறைய உணவருந்தி உறங்குபவர் நம்பிக்கையாளர் அல்ல' என்றார் நபிகளார் (பைஹக்கி). 'அல்லாஹ்வின் மீதுள்ள

அன்பால் வறியவருக்கும், அநாதைக்கும், கைதிக்கும் உணவளிக்கின்றவர்கள் சுவனத்தில் இன்பமாக வாழ்வார்கள்' என்று திருக்குர்ஆன் 76: 5-9 வரையிலான வசனங்கள் குறிப்பிடுகின்றன.

செல்வந்தர்கள் மட்டுமே தர்மம் கொடுக்கும் வாய்ப்பைப் பெற்றவர்கள் என்ற நிலையை மாற்றி ஏழையோ செல்வந்தரோ பிற மக்களுக்குச் செய்யும் எந்தவொரு சேவையும் தர்மம் தான் என்று இஸ்லாம் உயர்த்தியுள்ளது. இதுகுறித்து நபிகளார் பின்வருமாறு கூறுகிறார்:

> *இரண்டு மனிதர்களுக்கு இடையில் ஒருவர் நீதி வழங்குவாராயின் அதுவும் தர்மமே! ஒருவருக்கு வாகனத்தில் ஏறி அமர உதவுவதும் தர்மமே! அல்லது அவரது பொருள்களை வாகனத்தில் ஏற்றிட உதவுவதும் தர்மமே! நல்ல பேச்சுப் பேசுவதும் தர்மமே! தொழுகைக்காக எடுத்துவைக்கும் ஒவ்வொரு அடியும் தர்மமே! தொல்லை கொடுக்கும் வகையில் கிடக்கும் பொருளைப் பாதையிலிருந்து அகற்றுவதும் தர்மமே (புகாரி, முஸ்லிம்)*

தர்மத்திற்கு வேறு சில வடிவங்களும் உள்ளன என்பதைப் பின்வரும் நபிமொழி தெரிவிக்கின்றது:

> *உனது சகோதரரின் முகம் நோக்கி நீ புன்னகைப்பதும் தர்மமே! நன்மை புரியுமாறு நீ ஏவுவதும் தீமையைவிட்டுத் தடுப்பதும் தர்மமே! திக்கற்ற பாதையில் ஒருவருக்கு வழிகாண்பித்து உதவுவதும் தர்மமே! பாதையில் கிடக்கும் அசுத்தம், முள், எலும்பு போன்றவற்றை அகற்றுவதும் தர்மமே! உன்னுடைய சகோதரரின் வாளியில் தண்ணீர் நிரப்புவதும் தர்மமே! இத்தகைய ஒவ்வொரு பணிக்காகவும் உனக்குக் கூலி உண்டு (திர்மிதி).*

ஆதரவற்றோரை அரவணைத்தல்

பெற்றோரை இழந்த ஆதரவற்றோர்களை அரவணைப்பதற்கு இஸ்லாம் மிகுந்த முக்கியத்துவம் அளிக்கின்றது. ஆதரவற்றோர் மீது கருணை காட்டி அரவணைப்பவர்களுக்கு உயர்வான வெகுமதிகளும் ஆதரவற்றோரைக் கொடுமைப்படுத்துவோருக்குக் கடுமையான தண்டனையும் அளிக்கப்படும் என்று திருக்குர்ஆன்

கூறுகின்றது. ஆதரவற்றோரைக் கொடுமைப்படுத்துபவரை 'இறைநிராகரிப்பாளருக்கு இணையானவர்கள்' என்று குர்ஆன் வர்ணிக்கிறது.

> (நபியே!) கூலி கொடுக்கும் நாளைப் பொய்யாக்குபவனை நீங்கள் (கவனித்துப்) பார்த்தீர்களா? (திக்கற்ற) அநாதைகளை விரட்டுபவன் அவன்தான். அவன் ஏழைகளுக்கு (உணவளிக் காததுடன்) உணவளிக்கும் படி (பிறரைத்) தூண்டுவதுமில்லை (குர்ஆன் 107: 1-3)

ஆதரவற்றவர்களின் சொத்துகளைக் கபளீகரம் செய்பவர்களைத் திருக்குர்ஆன் பின்வருமாறு எச்சரிக்கின்றது:

> அநாதைகளின் சொத்துகளை யார் அநியாயமாக உண்கிறார் களோ, அவர்கள் உண்மையில் தங்கள் வயிறுகளில் நெருப்பைத்தான் நிரப்பிக்கொள்கிறார்கள். மேலும், அதி விரைவில் அவர்கள் கொழுந்துவிட்டெரியும் (நரக) நெருப்பில் வீசி எறியப்படுவார்கள் (குர்ஆன் 4: 10).

உளவியல் ரீதியாகப் பாதிக்கப்பட்ட ஒரு தோழர் நபிகளாரிடம் முறையிட்டபோது அவருக்கு ஆதரவற்றவர்களை அரவணைக்கு மாறு அறிவுறுத்தினார். மேலும், 'இறைவனுக்காக எவர் ஆதரவற்றவர்களின் தலையைத் தடவிக்கொடுக்கிறாரோ அவர் கரம் தொடும் ஒவ்வொரு முடிக்கும் நற்கூலி உண்டு' என்று சொன்ன நபிகளார், 'எவர் ஆதரவற்ற ஆண் அல்லது பெண்ணை அன்புடன் நடத்துகின்றாரோ அவரும் நானும் மறுமையில் இவ்வாறு இருப்போம்' என்று தம் சுட்டுவிரலையும் நடு விரலையும் பிணைத்துக் காட்டினார் (அபூதாவூத்).

> தம்முடைய அநாதைக் குழந்தையாக இருந்தாலும் சரி, பிறருடையதாக இருந்தாலும் சரி, அநாதைக் குழந்தையை ஆதரிப்பவரும் நானும் சுவனத்தில், இந்த இரண்டு விரல்கள் போன்று (நெருக்கமாக) இருப்போம் (முஸ்லிம்).

> எவர் ஆதரவற்றோருக்கு உறைவிடம் அளித்து உண்ணவும் குடிக்கவும் ஏற்பாடு செய்கின்றாரோ அல்லாஹ் அவருக்கு சுவனத்தை உறுதிசெய்கின்றான். ஆனால் அவர் மன்னிக்கப் படாத குற்றங்கள் எதையும் செய்யாதவரை என்றும் நபிகளார் கூறினார் (அபூதாவூத்).

இந்த நபிமொழி ஆதரவற்றவர்களைக் கவனிப்பது மிகவும் மகத்தானது என்பதைச் சுட்டிக்காட்டுகின்றது. விரிவான பொருளையும் தருகிறது. பொருளாதார ரீதியாகவும் உளவியல் ரீதியாகவும் ஆதரவற்றவர்களை அரவணைப்பவர்களுக்குச் சுவர்க்கம் உண்டு என்பது மட்டுமல்ல அத்தகையவருடன் மறுமையில், தாம் மிக நெருக்கமாக இருக்கப் போவதாகவும் நபிகளார் குறிப்பிட்டிருப்பதைக் கவனிக்க வேண்டும். அநாதைகள் என்று பரவலாக அழைக்கப்படும் ஆதரவற்றோருடனான சமூக உறவு உயர்ந்த தரத்தில் இருக்கிறது என்பதை நாம் புரிந்துகொள்ள முடிகின்றது.

அகதிகளுடனான சமூக உறவு

நபிகளார் காலத்தில் 'அகதி' என்ற சொல் இன்றுள்ள அதே பொருளில் பயன்படுத்தப்படவில்லை. இருப்பினும் நபிகளார் தமது இறைத் தூதுத்துவப் பணியைத் தொடங்கிய காலம் முதல் அகதிகள் பிரச்சினையை எதிர்கொள்ள வேண்டிய சமூகச் சூழல் ஏற்பட்டது.

நாம் இந்த நூலில் முன்பே பார்த்தவாறு மக்காவில் நம்பிக்கை யற்றவர்களால் முஸ்லிம்கள் துன்புறுத்தப்பட்ட நிலையில் நபிகளார் தமது தோழர்களை அபிசீனியாவில் தஞ்சம் அடையச் சொன்னார். இதன் பிறகு மக்காவில் துன்புறுத்தல் தாங்க முடியாத நிலையை எட்டியபோது, நபிகளாரும் அவருடைய தோழர்களும் மதீனாவுக்குப் புலம்பெயர்வதற்கு முடிவு செய்தனர். அங்கு வாழ்ந்த மக்கள் முஸ்லிம்களை வரவேற்றனர். அகதிகள் தொடர்பாக நபிகளார் அப்போது ஒரு பொன்னான விதியை நிறுவினார். மதீனாவாசிகளான முஸ்லிம்கள் அன்சார் (உதவியாளர்) என்று அறிவிக்கப்பட்டார்கள். மக்காவிலிருந்து புலம்பெயர்ந்த முஸ்லிம்கள் முஹாஜிருன் (புலம்பெயர்ந்தோர்) என்று அறிவிக்கப்பட்டார்கள். இந்த இருவருக்குமிடையில் உன்னதமான சகோதரத்துவப் பிணைப்பு நபிகளாரின் ஆணையால் உருவாக்கப்பட்டது. இந்த ஆணையின்படி, ஒவ்வொரு 'அன்சாரி யும்' ஒரு 'முஹாஜிரை' அரவணைத்துக்கொள்ள வேண்டும். இந்த சகோதரத்துவப் பிணைப்பின் அடிப்படையில் அன்சாரி தனது அரவணைப்பில் ஒப்படைக்கப்பட்ட முஹாஜிருக்கு உணவு,

உடை, தங்குமிடம், தேவைப்படும் பிற உதவிகளை அந்த முஹாஜிர் சுயமாக தன்னிறைவு அடையும் வரையில் அளிக்க வழிவகுக்கப்பட்டது.

'யார் அல்லாஹ்வையும் இறுதிநாளையும் நம்புகிறாரோ அவர் தமது விருந்தினரைக் கண்ணியப்படுத்தட்டும், உறவினரோடு சேர்ந்து வாழட்டும், பேசினால் நல்லதைப் பேசட்டும் அல்லது மவுனமாக இருக்கட்டும்' என்றார் நபிகளார் (புகாரி, முஸ்லிம்).

ஜகாத் பெறுவதற்குத் தகுதியானவர்கள் என்று திருக்குர்ஆன் குறிப்பிடும் எட்டு வகையினரில் வழிப்போக்கர்களும் அடங்குவர். வழிப்போக்கர்கள் எனப்படுவது அகதிகளை உள்ளடக்கும்.

உறவினர்களுக்கும் வறியவர்களுக்கும் வழிப்போக்கர்களுக்கும் அவரவர்க்குரிய உரிமையை வழங்கிவிடுங்கள். ஆனால், வீண் செலவு செய்யாதீர்! *(குர்ஆன் 17: 26)*

சமூக உறவுகளில் அகதிகளை அரவணைப்பதும் இன்றியமை யாதது என்பதே நபிகளார் காட்டிய வழிமுறையாகும்.

சமூக உறவெனும் பாலத்தை வலுப்படுத்துவோம்

நாம் இங்கு இதுவரை பார்த்த திருக்குர்ஆன் வசனங்களும் நபி மொழிகளும் சமூக உறவுகளை மேம்படுத்தி ஈகைமிக்க அறத் தொண்டுகளின் அவசியத்தை உணர்த்துகின்றன.

ஒரு முஸ்லிம் மனிதநேயப் பணிகளை மேற்கொள்ளும்போது அதனை இறைவனிடம் தன்னை நெருக்கமாக்கும் ஒரு வழி பாடாகவே கருதுகிறான். இதற்காக இறைவனிடமே அவன் வெகுமதியை எதிர்பார்க்கிறான்.

சக மனிதருக்கு உதவ முன்வராவிட்டால், தன்னை ஒரு முஸ்லிம் என்று அழைத்துக்கொள்ள இயலாது என்பதை அவன் உணர்கிறான். ஏழைகளுக்கும் பேரிடரில் சிக்கியவர்களுக்கும் உதவவேண்டிய கடமையை நிறைவேற்றாவிட்டால், தான் இறைவனால் தண்டிக்கப்படுவோம் என்பதை நன்கறிந்துள்ளான்.

ஒரு முஸ்லிம், வறுமையில் உழலும் சக மனிதனுக்கு நன்கொடை அளிப்பதும் உதவி செய்வதும் தனது பாவங்களை அழித்து இறுதித் தீர்ப்புநாளில் தனக்கு சாதகமாக அமையும்

என்பதில் அசைக்க முடியாத நம்பிக்கை கொண்டுள்ளான்.

இஸ்லாம் அறிமுகப்படுத்திய ஜகாத், வக்ஃப், கஃப்பாரா முதலிய முறைமைகள் வறியவர்களுக்கு மிகப்பெரும் ஆதரவாக விளங்குகின்றன.

முஸ்லிம்களுக்கு விதிமுறையாக்கப்பட்ட இந்த மனிதநேயச் சேவைகளிலிருந்து முஸ்லிமல்லாதாரும் பயனடைந்தனர். மத, இன அல்லது அரசியல் வேற்றுமைக்கு அப்பால் அனைவருக்கும் தொண்டாற்றும் மனப்பான்மை முஸ்லிம்களிடையே இன்றும் தொடர்ந்து சமூக உறவுப் பாலத்தை வலுப்படுத்தி வருகின்றது. இதன் விளைவாகத்தான் தமிழகத்தை 'சுனாமி' தாக்கியபோதும், பெரும் புயல்கள் புரட்டிப் போட்டபோதும் பெரும் வெள்ளம், புயல் மழையானது மக்கள் வாழ்விடங்களை மூழ்கடிக்கும் வகையில் திணறடித்தபோதும் கொரோனா பெருந்தொற்று மனித உயிர்களைப் பிரித்துவைத்துத் தனிமைப்படுத்திக் காவு வாங்கிய சூழலிலும் துணிச்சலாகக் களத்திற்கு வந்து அறத் தொண்டுகளில் முஸ்லிம்கள் ஈடுபட்டு இன்னல்கள் நீக்கினார்கள். மக்கள் தேவைகள் அறிந்து சேவையாற்றி மக்கள் மனதில் நீங்கா இடத்தில் நிற்கிறார்கள்.

எந்த அமைப்புகளில், சேவைப் பிரிவுகளில் இருந்தாலும் சரி இஸ்லாம் வலியுறுத்தும் முறைப்படி தன்னலமில்லாமல் சேவை யாற்றும் போது நமது தொண்டு புனிதமாகிறது. சமூக உறவுகளை வளர்க்க அறப்பணிகள் தலையாய பங்காற்றுகின்றன. மனிதச் செயல்கள், இறைவன் விரும்பும் புனிதச் செயல்களாகின்றன.

பின்னிணைப்புகள்

1

நபிகளாரின் இறுதிப் பேருரை

மக்காவிலிருந்து மதீனாவிற்குப் புலம் பெயர்ந்த 10ஆம் ஆண்டில் இஸ்லாமிய நாட்காட்டியின் கடைசி மாதமான துல்ஹஜ் 10இல் (பொஆ 632, மார்ச் 6) நபிகளார் தமது தோழர்களுடன் புனித ஹஜ் கடமையை நிறைவேற்றினார். இதுவே அவர் நிறைவேற்றிய முதலும் கடைசியுமான ஹஜ் கடமையாகும்.

இன்றைய சவூதி அரேபியாவில் உள்ள மக்கா நகரிலிருந்து 20 கிமீ தொலைவில் உள்ள அரஃபா மலைக்குன்றிலுள்ள உரானா சமவெளியில் ஹஜ் கடமையை நிறைவேற்ற வந்திருந்த மக்களிடையே தமது ஒட்டகத்தில் அமர்ந்தவாறு நபிகளார் ஆற்றிய உரைதான் இறுதி உரை என்று அறியப்படுகின்றது.

இந்த இறுதி உரை முஸ்லிம்களிடையே ஆற்றப்பட்டிருந்தாலும் இது அனைத்து மக்களின் சமூக உறவுகளுக்கும் வழிகாட்டும் அற்புத மான நெறிமுறைகளை உள்ளடக்கிய உரையாக விளங்குகின்றது.

திருக்குர்ஆன் மற்றும் நபிகளாரின் போதனைகளின் சாரமாக அமைந்துள்ள இந்த உரை இஸ்லாத்தின் நெறிமுறைகளைச் சுருக்கமாக எடுத்துரைக்கின்றது. இஸ்லாமிய மார்க்கத்தின் கோட்பாடுகளைப் புரிந்துகொள்வதற்கும் இது உதவுகின்றது. இஸ்லாத்தின் அடிப்படைக் கோட்பாடுகளையும் இந்த உரை சுட்டிக்காட்டுகின்றது. மனிதனின் உயிர், உடைமையின் புனிதம், சமத்துவம், நீதி, அமைதி, மன்னிக்கும் மனப்பாங்கு, பெண் உரிமைகள் என சமூக உறவுகளின் அடிப்படைகளை இந்த உரையில் நபிகளார் விவரிக்கின்றார்.

தனிநபர் சுதந்திரம், சட்டத்தின் ஆட்சிக்குக் கீழ்ப்படிதல், சமூகக் கடமைகள், ஒருவருக்கொருவர் உரிமைகளுக்கு மதிப்பு அளித்தல், பிற சமயத்தாரிடம் காட்ட வேண்டிய சகிப்புத்தன்மை

முதலிய பண்புகள் இந்த உரையில் வலிமையாகக் கோடிட்டுக் காட்டப் பட்டுள்ளன. இனி உரையின் முக்கிய அம்சங்களுக்குள் செல்வோம்.

***

தொடக்கமாக இறைப் புகழ்...

நிச்சயமாக எல்லாப் புகழும் அல்லாஹ்வுக்கே! அவனையே நாம் புகழ்கிறோம்; அவனிடமே நாம் உதவி தேடுகிறோம். நம்முடைய மன இச்சைகளின் கேடுகளை விட்டும், நம்முடைய செயல்களின் தீமைகளை விட்டும் அல்லாஹ்விடம் பாதுகாவல் தேடுகிறோம். யாருக்கு அல்லாஹ் நேர்வழி காட்டுவானோ, அவரை வழி கெடுப்பவர் யாரும் இல்லை. யாரை அல்லாஹ் வழிகேட்டில் விட்டுவிடுவானோ, அவரை நேர்வழியில் செலுத்துபவர் யாரும் இல்லை. இன்னும், நான் சாட்சி சொல்கிறேன்: "அல்லாஹ்வைத் தவிர வணக்கத்திற்குரியவன் யாரும் இல்லை. அவன் தனித்தவன்; அவனுக்குக் கூட்டாளி யாரும் இல்லை.' மேலும், நான் சாட்சி சொல்கிறேன்: 'நிச்சயமாக முஹம்மது, அவனுடைய அடியாரும் அவனுடைய தூதரும் ஆவார்.' [1]

விடைபெறும் அறிவிப்பு

மக்களே! என் பேச்சைக் கவனமாகக் கேளுங்கள்! இந்த ஆண்டிற்குப் பிறகு மீண்டும் இந்த இடத்தில் சந்திப்பேனா என்பது எனக்குத் தெரியாது. [2]

நிற, இன வெறிகளுக்கு இடம் தராதீர்

மக்களே! உங்களின் இறைவன் ஒருவனே; (உங்களின் தந்தையும் ஒருவரே!) அறிந்துகொள்ளுங்கள்: எந்தவோர் அரபிக்கும் ஓர் அரபி அல்லாதவரை விடவோ, எந்தவோர் அரபி அல்லாதவருக்கும் ஓர் அரபியை விடவோ எந்த மேன்மையும் சிறப்பும் இல்லை. எந்தவொரு வெள்ளையருக்கும் ஒரு கறுப்பரை விடவோ, எந்தக் கறுப்பருக்கும் ஒரு வெள்ளையரை விடவோ எந்த மேன்மையும் சிறப்பும் இல்லை. இறையச்சம் மட்டுமே ஒருவரின் மேன்மையை நிர்ணயிக்கும்.

நிச்சயமாக அல்லாஹ்விடத்தில் உங்களில் மிகச் சிறந்தவர் உங்களில் அதிகம் இறை அச்சம் உள்ளவர்தாம். [3]

தலைமைக்குக் கீழ்ப்படிவீர்!

மக்களே! அல்லாஹ்வை அஞ்சிக்கொள்ளுங்கள். கறுப்புநிற (அபிசீனிய) அடிமை ஒருவர் உங்களுக்குத் தலைவராக ஆக்கப் பட்டாலும் அவர் அல்லாஹ்வின் வேதத்தைக்கொண்டு உங்களை வழிநடத்தி அதை உங்களுக்கிடையில் நிலைநிறுத்தும் கால மெல்லாம் (அவரது சொல்லைக்) கேட்டு நடங்கள்; (அவருக்குக்) கீழ்ப்படியுங்கள்! [4]

பிறர் உடைமையைப் பேணுவீர்!

மக்களே! இந்த (துல்ஹஜ்) மாதமும், இந்த (துல்ஹஜ் 9ஆம்) நாளும், இந்த (மக்கா) நகரமும் எவ்வளவு புனிதமானவையோ, அப்படியே உயிர்களும், உங்கள் உடைமைகளும் உங்கள் மானம் மரியாதைகளும் உங்களுக்குப் புனிதமானவை.

பிறருக்குத் தீங்கிழைக்காதீர்!

அறிந்துகொள்ளுங்கள்! எனக்குப் பிறகு ஒருவர் மற்றவரின் கழுத்தை வெட்டி மாய்த்துக்கொள்ளும் வழிகெட்டவர்களாய், இறைநிராகரிப்பாளர்களாய் மாறிவிடாதீர்கள். [5]

அமானிதத்தைப் பேணுவீர்!

உங்களது இறைவனை நீங்கள் சந்திக்கும்வரை (இப்படியே வாழுங்கள்!) நீங்கள் அனைவரும் தவறாமல் அல்லாஹ்வின் முன்னிலையில் நிறுத்தப்பட போகிறீர்கள்! அப்போது அல்லாஹ் உங்களது செயல்களைப் பற்றி விசாரிப்பான். நான் மார்க்கத்தை உங்களுக்கு எடுத்துரைத்துவிட்டேன். உங்களில் எவராவது மற்றவருடைய பொருளின் மீது பொறுப்பேற்றிருந்தால், அதை அவர் உரிய முறையில் அதன் உரிமையாளரிடம் ஒப்படைத்துவிடட்டும்! [6]

இரவலாக வாங்கப்பட்ட பொருள்கள் உரியவரிடமே ஒப்படைக்கப் படவேண்டும்; பாலைக்கொண்டு பயன்பெற கொடுக்கப்பட்ட கால்நடைகள் (அவற்றின் பயன்பாடு தீர்ந்தவுடன்) அவற்றின் உரிமையாளரிடமே திருப்பிக் கொடுக்கப்பட வேண்டும்; கடன்கள் நிறைவேற்றப்பட வேண்டும்; இழப்பீடுகளை நிறைவேற்ற தலைவனே பொறுப்பாளன். [7]

பணியாளர் நலன் பேணுவீர்!

மக்களே! முஸ்லிம்கள் அனைவரும் சகோதரர்கள். உங்கள் அடிமைகள் விஷயத்தில் பொறுப்புணர்வோடு நடந்துகொள்ளுங்கள்! அவர்களை நன்றாகப் பராமரியுங்கள்! நீங்கள் உண்பதையே அவர்களுக்கும் உண்ணக் கொடுங்கள்; நீங்கள் உடுத்துவதையே அவர்களுக்கும் உடுத்தச் செய்யுங்கள்! [8]

வட்டி வாங்காதீர்!

அறியாமைக்கால அனைத்து விவகாரங்களும் என் பாதங்களுக்குக் கீழ் புதைக்கப்பட்டுவிட்டன. மேலும், இன்று வரையிலான எல்லா வட்டிக் கணக்குகளையும் ரத்து செய்துவிட்டேன். எனினும், உங்களது மூலதனம் உங்களுக்கே உரியது. வட்டியை அல்லாஹ் தடைசெய்துவிட்டான். எனவே, முதலில் (என் குடும்பத்தைச் சேர்ந்த) அப்பாஸ் இப்னு அப்துல் முத்தலிபின் வட்டியைச் செல்லாததாக ஆக்குகிறேன்.

பழிக்குப் பழிவாங்காதீர்!

அறியாமைக்கால இரத்தப் பழிகள் அனைத்தும் ரத்து செய்யப்பட்டு விட்டன. இனி, பழைய கொலைக்குப் பழிவாங்கும் உரிமை எவருக்கும் இல்லை. இதில் முதலாவதாக என் குடும்பத்தைச் சேர்ந்த ரபீஆ இப்னு அல்ஹாரிஸ் இப்னு அப்துல் முத்தலிப் கொல்லப்பட்டதற்கான பழிவாங்கலை ரத்துச் செய்கிறேன். அறியாமைக் கால கொலைக் குற்றத்தில் இதை நான் முதலாவதாகத் தள்ளுபடி செய்கிறேன். [9]

உரிமைகளை மீறாதீர்!

மக்களே! ஒவ்வொருவருக்கும் சொத்தில் அவரவரின் உரிமைகளை அல்லாஹ் வழங்கி இருக்கின்றான். இனி, எவரும் தமது எந்த வாரிசுக்கும் சொத்து ரீதியான உயில் எழுதக் கூடாது. [10]

பெண்களின் உரிமைகளைப் பேணுவீர்!

கவனியுங்கள்! பெண்கள் விஷயத்தில் அல்லாஹ்வை அஞ்சிக் கொள்ளுங்கள்; அவர்களுக்கு நன்மையே நாடுங்கள்; அல்லாஹ் வுடைய அமானிதமாக அவர்களை நீங்கள் பெற்றுள்ளீர்கள்!

எப்படி உங்கள் மனைவியர் மீது உங்களுக்கு உரிமைகள் இருக்கின்றனவோ, அதே போல் உங்கள் மனைவியருக்கும் உங்கள் மீது உரிமைகள் இருக்கின்றன. அவர்கள் உங்களுக்குச் சிறந்த முறையில் பணிவிடை ஆற்றட்டும்! அவர்களுக்குரிய கடமை என்னவென்றால், நீங்கள் எவரை விரும்ப மாட்டீர்களோ, அவரை அவர்கள் வீட்டுக்குள் அனுமதிக்காமல் இருக்கட்டும்; இன்னும், மானக்கேடான செயலைச் செய்யாமல் இருக்கட்டும்! அவர்களுக்கு ஒழுங்கான முறையில் உணவும் உடையும் வழங்குங்கள்; அவர்களுக்கு நன்மையை நாடுங்கள்; அவர்கள் உங்களின் உதவியாளர்களாகவும் உங்களைச் சார்ந்தவர்களாகவும் இருக்கிறார்கள். அல்லாஹ்வின் பெயரை முன்மொழிந்தே நீங்கள் அவர்களுடன் மணவாழ்க்கை மேற்கொண்டுள்ளீர்கள்! [11]

பின்பற்ற வேண்டியது என்ன?

மக்களே! சிந்தித்துப் புரிந்துகொள்ளுங்கள்; எனது பேச்சைக் கவனமாக கேட்டுக்கொள்ளுங்கள். நான் எனது பரப்புரையை உங்களுக்கு எடுத்துரைத்துவிட்டேன். உங்களிடையே அல்லாஹ்வின் வேதத்தை (யும் அவனது தூதரின் வழிமுறையையும்) விட்டுச் செல்கிறேன். நீங்கள் அவற்றைப் பின்பற்றினால், ஒருபோதும் வழிகெடமாட்டீர்கள்! [12]

சகோதரத்துவம் பேணுவீர்!

ஒவ்வொரு முஸ்லிமும் மற்ற முஸ்லிமுக்குச் சகோதரர் ஆவார். முஸ்லிம்கள் அனைவரும் சகோதரர்களே! ஒரு முஸ்லிமின் பொருள் பிறருக்கு அறவே உரிமையானதல்ல; மனமுவந்து கொடுத்தாலே தவிர! உங்களுக்கு நீங்கள் அநீதம் இழைத்துக் கொள்ளாதீர்கள். [13]

சொர்க்கத்தின் திறவுகோல்!

மக்களே! உங்கள் இறைவனையே வணங்குங்கள்; உங்கள் இறைவனுக்கே பயந்துகொள்ளுங்கள்; கடமையான ஐவேளைத் தொழுகைகளையும் தவறாது பேணுங்கள்; (ரமளானில்) நோன்பு நோற்று வாருங்கள்; விருப்பமுடன் ஜகாத் கொடுத்துவிடுங்கள்; அல்லாஹ்வின் இல்லத்தில் ஹஜ் செய்யுங்கள்; உங்களில் அதிகாரம் உடையோருக்குக் கட்டுப்பட்டு நடங்கள்; நீங்கள் சொர்க்கம் செல்வீர்கள்! [14]

குற்றவாளியை மட்டுமே தண்டிப்பீர்!

ஒருவர் குற்றம் செய்தால் அதற்கான தண்டனை அவருக்கே கொடுக்கப்படும். மகனுடைய குற்றத்திற்காகத் தந்தையோ, தந்தையின் குற்றத்திற்காக மகனோ தண்டிக்கப்படமாட்டார். [15]

செய்தியை எடுத்துரைப்பீர்!

இங்கு வந்திருப்பவர்கள், வராதவர்களுக்கு இந்த வழிகாட்டல்களை எடுத்துச் சொல்லட்டும்; செய்தி சென்று சேருபவர்களில் சிலர், நேரடியாகக் கேட்பவரைவிட நன்கு ஆராயும் தன்மை உடையவராக இருக்கலாம். [16]

பிறகு இறைத்தூதர் மக்களை நோக்கி, 'மறுமைநாளில் உங்களிடம் என்னைப் பற்றி விசாரிக்கப்படும்போது நீங்கள் என்ன சொல்வீர்கள்?' என்று கேட்டார். அதற்கு மக்கள், 'நீங்கள் (மார்க்க போதனைகள் அனைத்தையும் எங்களிடம்) தெரிவித்து விட்டீர்; (உங்களுடைய தூதுத்துவப் பொறுப்பை) நீங்கள் நிறைவேற்றிவிட்டீர்; (சமுதாயத்திற்கு) நன்மையை நாடினீர்கள் என நாங்கள் சாட்சியம் அளிப்போம்' என்றார்கள். உடனே நபிகளார், தமது சுட்டுவிரலை வானை நோக்கி உயர்த்தி சைகை செய்துவிட்டுப் பிறகு, அதை மக்களை நோக்கித் தாழ்த்தி 'இறைவா! இதற்கு நீயே சாட்சி! இறைவா! இதற்கு நீயே சாட்சி! இறைவா! இதற்கு நீயே சாட்சி!' என்று முடித்தார். [17]

இவ்வாறு நபிகளார் கூறிய அதே இடத்தில் அல்லாஹ்வின் புறத்திலிருந்து பின்வரும் இறைவசனம் இறங்கியது:

இன்றைய தினம் உங்களுக்காக உங்களுடைய மார்க்கத்தை முழுமையாக்கிவிட்டேன்; மேலும், நான் உங்கள் மீது என் அருட்கொடையைப் பூர்த்தியாக்கிவிட்டேன்; இன்னும், உங்களுக்காக நான் இஸ்லாம் மார்க்கத்தையே தேர்ந்தெடுத்துக் கொண்டேன் (அங்கீகரித்துக்கொண்டேன்). [18]

இது நபிகளாரின் தூதுத்துவப் பணியின் நிறைவான நிகழ்வாக அமைந்தது. இந்தப் பேருரைதான் நபிகளாரின் இறுதி உரையாக அமைந்தது. இதற்குச் சில மாதங்கள் கழித்து நபிகளார் இவ்வுலகை விட்டு விடைபெற்றார்.

குறிப்புகள்

1. *சுனன் இப்னு மாஜா, **எண்: 1892, 1893.***
2. *தாரீக் இப்னு கல்தூன், தொகுதி **2: 58,** இப்னு ஹிஷாம், தொகுதி **2: 603,** அர்ரஹீக் அல்மக்தூம், ப. **461.***
3. *அஸ்ஸில்ஸலதுல் ஸஹீஹா, **எண்: 2700,** அத்தர்கீப் வத்தர்ஹீப், அல்பைஹகீ, தஹாவி.*
4. *சுனன் நஸாயி, **எண்: 4192,** ஜாமிஉத் திர்மிதி, **எண்: 1706.***
5. *ஸஹீஹ் புகாரி, **எண்: 4403.***
6. *ஸஹீஹ் முஸ்லிம், **எண்: 2334,** ஸஹீஹுல் புகாரி, **எண்கள்: 67, 105, 1741-1742.***
7. *சுனன் அபூதாவூத், **எண்: 3565,** ஜாமிஉத் திர்மிதி, **எண்கள்: 2120, 2121,** சுனன் இப்னு மாஜா, தபகாத் இப்னு சஅது, தாரீக் இப்னு இஸ்ஹாக்.*
8. *தபகாத் இப்னு சஅது, முஹம்மது அந்நபிய்யுல் காதிம் மாஜித் அலீ கான்.*
9. *ஸஹீஹ் முஸ்லிம், **எண்: 2334,** இப்னு மாஜா, **எண்: 3074.***
10. *சுனன் நஸாயி, **எண்: 3642,** ஸுனன் அபூதாவூத், **எண்கள்: 2870, 3565,** தபகாத் இப்னு சஅது.*
11. *ஸஹீஹ் முஸ்லிம், **எண்: 2334,** ஸஹீஹ் ஜாமிஇ, **எண்: 7880.***
12. *ஸஹீஹ் முஸ்லிம், **எண்: 2334,** இப்னு மாஜா, **எண்: 3074,** முஅத்தா இமாம் மாலிக்/மிஷ்காத், **எண்: 182.** ஸஹீஹ் தர்கீப், **எண்: 40.***
13. *ஸஹீஹ் ஜாமிஇ, **எண்: 7880,** தாரீக் இப்னு கல்தூன் தொகுதி **2,** ப. **59,** ஃபிக்ஹுஸ் ஸீரா, ப. **456.***
14. *ஜாமிஉத் திர்மிதி, **எண்: 616,** ஸஹீஹ் திர்மிதி, **எண்: 516,** மிஷ்காத், **எண்: 576,** முஸ்னத் அஹ்மத், தாரீக் இப்னு ஜரீர், தாரீக் இப்னு அஸப்கிர், மஆதினுல் அஃமால், **எண்கள்: 1108-1109.***
15. *ஸஹீஹ் ஜாமிஇ, **எண்: 7880,** ஜாமிஉத் திர்மிதி, **எண்கள்: 2159, 3078,** ஸஹீஹுத் திர்மிதி, **எண்: 373, 461,** சுனன் இப்னு மாஜா **எண்: 3055,** ஸஹீஹ் இப்னு மாஜா **எண்: 1015.***
16. *ஸஹீஹ் புகாரி, **எண்கள்: 67, 105, 1741.***
17. *ஸஹீஹ் முஸ்லிம், **எண்: 2334.***
18. *திருக்குர்ஆன் **5:3,** ஸஹீஹ் புகாரி, **எண்கள்: 4406-07,** முஸன்னஃப் இப்னு அபீ ஷைபா, தாரீக் இப்னு ஜரீர், தாரீக் இப்னு கஸீர், அத்துர்ருல் **மன்ஸுர்.***

2

சான்றோர் பார்வையில் நபிகளார்

சுவாமி விவேகானந்தர்

முஹம்மது தமது வாழ்வின் மூலமாக முஸ்லிம்களிடையே முழுமையான சமத்துவமும் சகோதரத்துவமும் இருக்க வேண்டியதை எடுத்துக்காட்டினார். இனம், சாதி, குலம், நிறம் அல்லது பாலியல் அடிப்படையில் வேறுபாடு என்ற கேள்வியே எழவில்லை. துருக்கி நாட்டுச் சுல்தான் ஆப்ரிக்கா சந்தையில் ஒரு நீக்ரோவை வாங்கி, அவரைத் துருக்கிக்குச் சங்கிலியால் பிணைக்கப் பட்ட நிலையில் கொண்டு வரலாம். ஆனால் அந்த நீக்ரோ முஸ்லிமாக மாறிவிட்டால், அவரிடம் போதிய தகுதியும் திறமையும் இருந்தால், சுல்தான் மகளைக்கூட அவர் மணந்து கொள்ளலாம்.

இந்த நாட்டில் (அமெரிக்காவில்) வாழும் நீக்ரோக்களும், அமெரிக்க இந்தியர்களும் நடத்தப்படும் விதத்துடன் இதனை ஒப்பிட்டுப் பாருங்கள். மேலும் இந்துக்கள் என்ன செய்கிறார்கள்? உங்கள் பிரச்சாரகர்களில் ஒருவர் (அமெரிக்கக் கிறிஸ்தவப் பிரச்சாரகர்) வைதீகத்தனமுடைய மனிதர் ஒருவரின் உணவைத் தொட்டுவிட்டால், வைதீகர் அதனைத் தூக்கி எறிந்துவிடுவார். நமது மாபெரும் தத்துவம் ஒருபுறம் இருப்பினும், செயலளவில் நமது பலவீனத்தை நீங்கள் கவனிக்க வேண்டும். இனங்களைக் கடந்து, இன அல்லது நிறத்திற்கு அப்பாற்பட்டு முழுமையான சமத்துவத்தை நிலைநாட்டிய முஸ்லிம்கள் மகத்தானவர்கள் என்பதை நீங்கள் இங்கே உணரலாம் ('தி கிரேட் டீச்சர்ஸ் ஆஃப் த வேல்ட்', கம்ப்ளீட் வோர்க்ஸ் ஆஃப் ஸ்வாமி விவேகானந்தா, மாயாவதி மெமோரியல் எடிஷன், 1990, தொகுதி 4, ப. 126).

காந்தியடிகள்

நபிகளாரின் உறுதியான எளிய வாழ்க்கையும், தியாகமும், சொன்ன சொல்லைக் காப்பாற்ற வேண்டும் என்பதில் அவருக்கு இருந்துவந்த மட்டிலடங்கா ஆர்வமும் அவரைப் பின்பற்றியவர்களிடமும் நண்பர்களிடமும் இருந்தது.

அவருக்கிருந்த அளவு கடந்த பக்தி விசுவாசமும், அவருடைய வீரமும், மனோ உறுதியும், தங்கள் தூதிலும் ஆண்டவனிடத்திலும் அவருக்கிருந்த முழுமையான நம்பிக்கையுமே இஸ்லாத்தை உன்னதப் பதவிக்கு உயர்த்தின. அவருடைய வேலைக்கு இடையூறாக நின்ற அனைத்துத் தடைகளையும் நீக்கி அவருக்கு எத்திசையிலும் வெற்றியைக் கொடுத்தது எது? இந்த அரிய குணங்களேயன்றி வாள் அன்று (யங் இண்டியா, 1928, தொகுதி 10).

டாக்டர் சர்வபள்ளி இராதாகிருஷ்ணன்

'எல்லா மதங்களைப் போல் உண்மையையும் ஒழுக்கத்தையும் வலியுறுத்தும் மார்க்கமாக இஸ்லாம் விளங்குகின்றது. முஹம்மது நபிகளாரைப் பொறுத்தவரையில், சமயம் என்பது உண்மையை அறிந்து அதன் வழியில் வாழ்வதாகவே இருந்தது. முன்னேறிச் செல்லும் மனிதகுலத்தின் மனசாட்சிக்கு முஹம்மது நபி கட்டுப்பாடுகள் எதனையும் விதிக்கவில்லை. மனிதர்களின் சிந்தனை கண்மூடித் தனமாக அதிகாரத்திற்கு அடிபணிய வேண்டும் என்ற நிலையை இறைத் தூதர் ஏற்படுத்தவில்லை. அறிவாற்றலின் அடிப்படையில், எல்லா நிலைகளிலும் உருவாக்கப்பட்டுள்ள இந்தச் சமயத்தில் இன்றைய உலகின் மனிதாபிமானமற்ற நடைமுறைகளைத் தாங்கிப்பிடிக்கும் நிலை இல்லை. கட்டாய மதமாற்றத்தை முஹம்மது நபிகளார் போன்ற சிந்தனையாளர் ஊக்குவித்திருக்க முடியாது. தனது நம்பிக்கைகளை மாற்றிக்கொள்ளும்படி மனிதர்களை நாம் நிர்ப்பந்திக்க முடியாது. பின்வரும் திருக்குர்ஆன் வசனம் இதற்கு ஆதாரமாக அமைகின்றது. 'மார்க்கத்தில் (எவ்வகையான) நிர்ப்பந்தமும் இல்லை (2-256). இதே போல், 'உங்களுக்கு உங்களுடைய மார்க்கம்; எனக்கு என்னுடைய மார்க்கம்' (குர்ஆன் 109:6. டாக்டர், சர்வபள்ளி ராதாகிருஷ்ணன், இஸ்லாம் அண்ட் இண்டியன் தாட் இன் த ஹார்ட் ஆஃப் ஹிண்டுஸ்தான் அண்ட் இண்டியன் தாட், 1945, பக். 57-67).

தந்தை பெரியார்

நம்மிலும் பல பெரியார்கள்—'ஒன்றே குலம் ஒருவனே தேவன்' என்பது போலவெல்லாம் சொல்லிப் பார்த்தார்கள். ஆனால் அவை என்றும் ஏட்டளவில் இருக்கின்றனவே தவிர நடப்பில் இல்லை. ஆனால் முஸ்லிம் சமுதாயத்திலே நடப்பிலே ஒரே ஆண்டவன் வழிபாடும் மக்களுக்குள் பிறவியில் பேதமற்ற நிலைமையும் இருந்துவருகின்றன. தீண்டாமை வியாதி மிகவும் பெரியது. இது புற்று, தொழுநோய் போன்றது. வெகு நாளைய நோய். இந்த நோய்க்கு ஒரே மருந்துதான்—அது இஸ்லாம்தான். இதைத் தவிர வேறு மருந்து இல்லை. இது இல்லாவிட்டால் வேதனைப்பட வேண்டியதுதான். நோய் தீர்ந்து எழுந்து நடக்க இன்றைய நிலையில் இஸ்லாம் மருந்துதான். இதுதான் நாடு கொடுக்கும். வீரம் கொடுக்கும். நிமிர்ந்து நடக்கச் செய்யும் மருந்தாகும் *(இன இழிவு ஒழிய இஸ்லாமே நன்மருந்து, குடியரசு பதிப்பகத்தால் இந்த உரை சிறுநூலாக 1947இல் வெளியிடப்பட்டது).*

பேரறிஞர் அண்ணா

இஸ்லாத்தில் நான் எடுத்துக்கொண்டவற்றுள் மிக முக்கியமானது பொறுமை. அந்தப் பொறுமையின் உரிமையை நான் மிகப் பெருமையாக அனுபவித்து வருகிறேன். வாய்மையில் வளர்க்கும், மனத்தூய்மையில் சிறக்கும் பொறுமை ஒன்றில்தான் உலகம் அளப்பரிய சாதனைகளைக் காண முடிந்தது. அந்தச் சாதனைகள் இஸ்லாமிய வரலாறெங்கும் வளர்ந்து நிற்பதையும் நம்மால் பார்க்க முடிகின்றது. வாளேந்தி வன்சமர் புரிந்து சாதிக்க முடியாத சாதனைகளைக்கூட நபிகள்பிரானின் இன்சொல்லும் புன் முறுவலும் தனக்கே உரிய தனித்த ஆயுதமான பொறுமையினாலும் வெற்றி கொண்டு இருக்கிற சக்தி அண்ணலின் பால் எனக்கு அளப்பரிய பக்தியை உண்டாக்கிவிட்டது *(மார்ச் 21, 1966 அன்று அபிவிருத் தீஸ்வரம் பள்ளிவாசலில் நடைபெற்ற பொது வரவேற்பின் போது ஆற்றிய உரையிலிருந்து).*

தாமஸ் கார்லைல்

'முஹம்மது நபிகளார் தமது 23 ஆண்டு சோதனை மிக்க காலத்தில் ஒரு வீரருக்குரிய பண்புநலன்கள் அனைத்தையும் பெற்றிருந்தார்.

அவரது குடும்ப வாழ்க்கை மிகவும் எளிதாக இருந்தது. பார்லி ரொட்டியும் தண்ணீருமே அவர் தம் அன்றாட உணவு. பல மாதங்கள் வரை வீட்டில் அடுப்பு எரிந்ததில்லை. அவர் தமது பழைய செருப்புக்களையும் கிழிந்த சட்டைகளையும் தாமே தைத்துக் கொண்டார்.

வருந்தி உழைப்பதும், வறுமையால் வாடுவதும், இழிந்த மக்கள் விரும்புவதை வெறுப்பதும் அவர் தம் வாழ்க்கைப் போக்காக இருந்தது. எப்போதும் சண்டையிலும் சச்சரவிலும் போரிலும் பூசலிலும் ஈடுபட்டிருந்த காட்டுமிராண்டி மனிதர்களை முஹம்மது நபிகளார் போல் உண்மையும் தகுதியும் மனிதத் தன்மையும் இல்லாதவர் எவருமே நேர்வழியில் நடத்திச் சென்றிருக்க முடியாது (தாமஸ் கார்லைல், ஆன் ஹீரோஸ், ஹீரோ-வொர்ஷிப் மற்றும் தி ஹீரோயிக் இன் ஹிஸ்டரி, 1841).

மைக்கேல் ஹார்ட்

'இந்த உலகத்தில் அளப்பரிய செல்வாக்குடன் பெரும் தாக்கத்தை ஏற்படுத்தியவர்களின் பட்டியலில் முஹம்மது நபிகளாரை முதலாமானவராகத் தேர்ந்தெடுத்தது வாசகர்களில் சிலருக்கு வியப்பாக இருக்கும். மற்றும் சிலர் 'ஏன் அப்படி?' என்று வினாவும் தொடுக்கலாம். ஆனால் சமயம், உலகியல் ஆகிய இரு நிலை களிலும் ஒருசேர மகத்தான வெற்றி பெற்றவர், வரலாற்றில் அவர் ஒருவர் மட்டும்தான். எளிமையான வாழ்க்கைப் பிடியில் தொடங்கிய அன்றைய உலகத்தின் பெரும் கொள்கை ஒன்றை நிறுவி, அதனைப் பரப்பிய பேராற்றால் வாய்ந்த அரசியல் தலைவருமாவார். அவர்கள் உயிர் நீத்து பதினான்கு நூற்றாண்டு களுக்குப் பின்னரும் அவர்களின் தாக்கம்—சக்தி மிக்கதும், எல்லாத் துறைகளிலும் பரவி நிற்பதுமாக இன்றும் விளங்குகிறது (மைக்கேல் எச். ஹார்ட், த ஹண்ட்ரட், 1978, ப. 33).

ஜான் எல் எஸ்பாசியோ

நான்கு மனைவியருக்கு மேல் மணந்து கொள்ளலாம் என்று இறைவன் முஹம்மதுக்கு அளித்த சிறப்பு அனுமதியை அவர் நபித்தோழர் கதீஜா மரணத்திற்கு பிறகே பயன்படுத்தினார். மேலும் முஹம்மதின் 11 திருமணங்களிலும் சமூக-அரசியல் ரீதியான

நோக்கங்கள் இருந்தன. அரபுத் தலைவர்களிடம் நிலவிய வழக்கின் அடிப்படையில் முஹம்மதின் திருமணங்களில் பல, சமூகங்களுக் கிடையிலான உறவுகளைப் பலப்படுத்துவதற்காகவும் நடைபெற்றவை. ...கன்னியரை மட்டுமே மணக்க வேண்டும் என்பதை வலியுறுத்தும் சமூகத்தில் மறுமணம் கடினமானது. முஹம்மது மணந்துக்கொண்ட ஒரே கன்னிப்பெண் நபித்தோழர் ஆயிஷா மட்டுமே (ஜான் எல். எஸ்பாசியோ, இஸ்லாம் த ஸ்ட்ரைட் பாத், ஒயூபி, 1991, ப. 18).

கேரன் ஆர்ம்ஸ்டிராங்

முஹம்மது சமய ரீதியான பழமைவாதத்தைத் திணிப்பதற்கு முயலவில்லை. இதேபோல் மூட பழக்க வழக்கங்களைத் திணிப்பதிலும் அவர் ஆர்வம் காட்டவில்லை. ஆனால் மனிதர் களின் உள்ளங்களையும் எண்ணங்களையும் மாற்றுவதற்கு அவர் பாடுபட்டார். ...முஹம்மது தனது காலத்திய நிகழ்வுகளில் ஆழமாக மூழ்கியிருந்தாலும் அவர் எக்காலத்திற்கும் ஏற்ற ஆளுமையாகப் பரிணமிக்கிறார். அவர் எந்த சூழல்களை (ஜாஹிலிய்யா-அறியாமைக்காலம்) எதிர்த்து களத்தில் நின்றார் என்பதைப் புரிந்துகொண்டால்தான் அவருடைய சாதனைகளை நாம் அறிந்துகொள்ள இயலும். நாம் இன்று எதிர்கொள்ளும் சிக்கல் நிறைந்த சூழலை எதிர்கொள்ள முஹம்மது எவ்வாறு பயன் அளிப்பார் என்பதை நாம் அறிய வேண்டுமெனில், 14 நூற்றாண்டுகளுக்கு முன்பு புனித மக்காவின் புறநகர்ப் பகுதியில் ஒரு தனி மலை உச்சியில் முஹம்மதை இறைத்தூதராக ஏற்றம் பெற வைத்த அந்த துயரமிக்க உலகிற்குள் நுழைய வேண்டும் (கேரன் ஆம்ஸ்ட்ராங், முஹம்மத் ப்ரோஃபெட் பார் அவர் டைம், ஹார்பர் பெரனென்னியல் பப்ளிகேஷன், பக். 17-20).

உசாத்துணை

Abul A'la Maududi, *The Islamic Law and Constitution,* Lahore: Islamic Publications, 1960.

Afzalur Rahman, *Muhammad Encyclopedia of Seerah*, London: The Muslim Schools Trust, 1984.

Adil Salahi, *Muhammad Man and Prophet*, London: The Islamic Foundation, 2008.

Arnold T. W., *Preaching of Islam,* US: Cosmo Publications, 2012.

Barkey, Karen and George Gavrilis. 'The Ottoman Millet System: Non-Territorial Autonomy and its Contemporary Legacy,' *Ethnopolitics* 15 (1): 24-42. 2015.

Baraz, Yevgeniya, 'The Position of Jews and Christians in the Ottoman Empire,' *Inquiries,* 2(5): 1. 2010.

Cole, Juan, *Muhammad: Prophet of Peace Amid the Clash of Empires.* New York: Nation Books, 2018.

Craig Considine, *The Humanity of Muhammad, A Christian View,* New Jersey: Blue Dome Press, 2020.

Fathi Osman, 'Monotheists and the 'Other': An Islamic Perspective in an era of Religious Pluralism', *The Muslim World*, Vol LXXXVIII, No 3-4, July-October, 1998.

Firas Al Khateeb, *Lost Islamic History*, London: Hurst and Company, 2014.

Frederick M. Denny, 'Ummah in the Constitution of Medina.' *Journal of Near Eastern Studies,* 36: 39-47.1977.

Fysal Burhan, 'The Prophet of Islam and the Jews: Basis of Conduct, Acceptance, Respect and Cooperation,' Centre for Islamic Studies Acton California, 1988.

Jamal Krafess, 'The influence of the Muslim Religion in humani tarian aid', *International Review of the Red Cross*, Vol 87, No. 858, June 2005.

John Andrew Morrow, *The Covenants of the Prophet Muhammad with the Christians of the World*. Tacoma, WA: Angelico Press, 2013.

Mahdi Rizqullah Ahmad, *A Biography of the Prophet of Islam*, Riyadh: Darussalam, 2005.

Muhammad Hamidullah, *The First Written Constitution of the World: An Important Document of the Time of the Holy Prophet*. Lahore: Sh. Muhammad Ashraf, 1975.

Martin Lings, *Muhammad: His Life Based on the Earliest Sources*, New York: Inner Traditions International, 1983.

Muhammad Yasin Mazhar Siddiqi, *The Prophet Muhammad: A Role Model for Muslim Minorities*, Leicestershire: The Islamic Foundation, 2006.

Peters, F. E. A., *Reader on Classical Islam*, New Jersey: Princeton University Press, 1994.

Rahmatullah, Dr., *Islam and Social Service*, Mumbai: All India Council of Muslim Economic Upliftment Ltd, 2000.

Syed Ameer Ali, *A Short History of the Saracens*, London, 1951.

Tariq Ramadan, *In the Footsteps of the Prophet: Lessons from the Life of Muhammad*, New York: Oxford University Press, 2007.

Thameem Ushama, 'Islam: A Religion of Peace or Force? An Analysis Based on Qur'an Sunnah and Islam's heritage', *Hamdard Islamicus*, Vol XLIII, No. 4.

The Glorious Qur'ân

Uri Avnery. 'Identifying the Virus – Who is Antisemitic and Who is Not?' *New York Times*, January 28. 2004.